INSIGHT PUBLICA®

INSIGHT PUBLICA
Nadakkavu, Kozhikode, Kerala
www.insightpublica.com
e-mail: insightpublica@gmail.com
Kolabhumiyum Prakritiyum Daivangalum
Arjun Raveendran
(Malayalam)
First Edition: September 2021

Photos: KM Baburaj
ISBN 978-93-5517-064-4
Printed and Published by Insight Publica
for Insightinpublica Printers & Publishers Pvt. Ltd.

കോലഭ്രമിയും പ്രകൃതിയും ദൈവങ്ങളും

അർജ്ജുൻ രവീന്ദ്രൻ

INSIGHT PUBLICA®

കണ്ണൂർ ജില്ലയിലെ പഴയങ്ങാടിക്കടുത്ത് ഏഴോം ഗ്രാമത്തിൽ കെ എം രവീന്ദ്രൻ, എ വി സുജാത ദമ്പതികളുടെ മകനായി 1991 ജൂലൈ 6 ന് ജനനം. മായ എന്ന ഒരു ചെറുകഥാസമാഹാരം പ്രസിദ്ധീകരിച്ചു. ആനുകാലികങ്ങളിൽ കഥകളും ലേഖനങ്ങളും എഴുതാറുണ്ട്. ബാംഗ്ലൂരിലെ ഒരു സ്വകാര്യ കമ്പനിയിൽ കണ്ടന്റ് ഡിസൈനർ ആയി ജോലി ചെയ്യുന്നു. ഭാര്യ: ഗായത്രി ഗംഗാധരൻ, സഹോദരൻ: അഭിജിത് രവീന്ദ്രൻ

Postal Address: K M House, Near Water Tank, Ezhome, PO Ezhome, Kannur - 670334

Contact Details: 7356529305

Email Address: arjunraveendran750@gmail.com

അർജ്ജുൻ രവീന്ദ്രൻ

ആമുഖം

മിത്തുകളുടെ ഒരു കലവറയാണ് കേരളത്തിന്റെ വടക്കൻ നാട്ടുകൾ. ഒരുപാട് ഒരുപാട് കഥകൾ പറയുന്ന നാട്. കഥകൾ കേൾക്കാൻ ഇഷ്ടമല്ലാത്തവർ, യാത്രകൾ പോവാൻ ഇഷ്ടമില്ലാത്തവർ ആരുമുണ്ടാവില്ല അല്ലേ? വടക്കൻ ദേശത്ത് നിരന്തരമായി യാത്ര ചെയ്ത് ഇതിനകത്ത് തന്നെ ചുറ്റിത്തിരിഞ്ഞ് വള്ളിക്കെട്ടുകളും കാവും വിളക്കും തേടി നടന്നപ്പോൾ മനസ്സിൽ തെളിഞ്ഞ കാര്യങ്ങൾ പലപ്പോഴായി കുത്തിക്കുറിച്ചു. അവയുടെ സമാഹരണമാണ് ഈ പുസ്തകം. കേരളത്തിന്റെ സാംസ്കാരികഭൂപടത്തിൽ ഈ നാടിനെ അടയാളപ്പെടുത്താനുള്ള ഒരു എളിയ ശ്രമം കൂടിയാണ് ഇത്. ഒരു സാധാരണ തെയ്യപ്രേമിയായ ഞാൻ കണ്ട കാഴ്ചകളും എന്റെ ബോധ്യങ്ങളുമാണ് ഈ ലേഖനങ്ങളിലുള്ളത്. ഒരു ആധികാരിക ചരിത്രപഠനം എന്ന ഉദ്യമത്തിന് മുതിരാതെ ആസ്വാദന തലത്തിൽ നിന്നുകൊണ്ട് ഈ നാടിന്റെ സൗന്ദര്യശാസ്ത്രത്തെ അടയാളപ്പെടുത്തുക എന്നതാണ് ഇവിടെ എന്റെ കർത്തവ്യം. അതിൽ ചരിത്രവും മിത്തും കഥകളും നാട്ടുഭംഗിയുമെല്ലാം കടന്ന് വരും.

വടക്കൻ കേരളത്തെ സംബന്ധിച്ചിടത്തോളം തെയ്യം എന്ന അനുഷ്ഠാനം അതിന്റെ സാംസ്കാരിക മുഖമുദ്രയാണെന്ന് മാത്രമല്ല ആത്മാവും ശ്വാസവും കൂടിയാണ്. വടക്കൻ നാടിന്റെ സൗന്ദര്യം അതിന്റെ ഭൂപ്രകൃതി മാത്രമല്ല അതിനോട് ഇഴുകിച്ചേർന്നിരിക്കുന്ന സാംസ്കാരിക അടരുകളും കൂടിയാണ്. ഒന്നിനോടൊന്നിനെ ഒഴിച്ചുനിർത്താനാവില്ല. ഇത്രയധികം വള്ളിക്കെട്ടുകൾ ഇവിടെ സംരക്ഷിച്ച് നിർത്തപ്പെടാൻ കാരണം ഈ കാവുകളും ദേവതമാരും തന്നെയാണ്. മനുഷ്യനെ

മാത്രമല്ല പ്രകൃതിയെ കൂടി കാക്കുന്ന ദൈവസങ്കൽപങ്ങളാണ് ഇവിടെയുള്ളത്.

ഈ നാടിന്റെ ചരിത്രമുറങ്ങിക്കിടക്കുന്നത് അതിന്റെ ഭൂമിശാസ്ത്രത്തിലും തോറ്റം പാട്ടുകളിലും നാട്ടറിവുകളിലും മിത്തുകളിലുമാണ്. അത്യുത്തര കേരളത്തിന്റെ ചരിത്രവഴികളിലേയ്ക്ക് ഒരു കൈവിളക്കെങ്കിലും തെളിയിക്കാനായാൽ ഞാൻ കൃതാർത്ഥനായി. വള്ളിക്കെട്ടും പ്രകൃതിയും അത് പോലെ തന്നെ സൂക്ഷിക്കാനും അതിനെ ആശ്രയിച്ച് കഴിയുന്ന ആവാസവ്യവസ്ഥയെ സംരക്ഷിക്കാനും മനുഷ്യന് സാധിക്കേണ്ടതുണ്ട് എന്ന് ഓർമിപ്പിച്ച് കൊണ്ട് വാക്കുകൾ ചുരുക്കുകയാണ്. ഈ ഉദ്യമത്തിന് എന്നെ സഹായിച്ച എല്ലാവർക്കും പ്രത്യേകിച്ച് ശ്രീ മധു കിഴക്കയിലിനും ശ്രീ കേശവനും വരവിളി വാട്സാപ്പ് കൂട്ടായ്മക്കും ചിത്രങ്ങൾ നൽകി സഹായിച്ച ജ്യേഷ്ഠസഹോദരൻ ശ്രീ കെ എം ബാബുരാജിനും മറ്റ് കുടുംബാംഗങ്ങൾക്കും ഹൃദയത്തിന്റെ ഭാഷയിൽ നന്ദി അറിയിക്കുന്നു.

അർജ്ജുൻ രവീന്ദ്രൻ

ഉള്ളടക്കം

വടക്കൻ സ്വരൂപങ്ങളും തെയ്യങ്ങളും

ഇന്ന് രാഷ്ട്രീയമായി നിലവില്ലാത്തതും ആചാരപരമായി അമരത്വം ഉള്ളതുമായ നാട്ടുരാജ്യങ്ങളാണ് സ്വരൂപങ്ങൾ. കേരളമങ്ങോളമിങ്ങോളം സ്വരൂപങ്ങളായി വേർതിരിച്ചിട്ടുണ്ട്. നാട്ടുവാഴി വംശങ്ങളുടെ ഉദയവും രാഷ്ട്രീയ അധിനിവേശങ്ങളും ഒക്കെ സ്വരൂപ രൂപവത്കരണങ്ങൾക്ക് കാരണമായിട്ടുണ്ട്.

തെയ്യാട്ടത്തിന്റെ അമരഭൂമികയായ വടക്കൻ മലബാറിൽ സ്വരൂപാചാരങ്ങൾ ഇന്നും പാലിച്ചു പോകുന്നു. ഇവ ശക്തമായി നിലനിൽക്കുന്നത് കണ്ണൂർ നഗരത്തിനും കാസറഗോഡ് നഗരത്തിനും ഇടയിലുള്ള പ്രദേശങ്ങളിലാണ്. പഴയ രാജാക്കൻമാർ, സാമന്തന്മാർ, ഇടപ്രഭുക്കൾ എന്നിവരുടെ ഭരണമേഖലയാണ് സ്വരൂപങ്ങൾ.

സ്വരൂപം മാറുന്നതിനനുസരിച്ച് ആചാരാനുഷ്ഠാനങ്ങളിൽ അൽപാൽപമായി മാറ്റങ്ങൾ വരുന്നു. ഓരോ പ്രദേശത്തെയും തെയ്യങ്ങളും ചടങ്ങുകളും വ്യത്യസ്തമാവുന്നതിന്റെ പ്രധാനം കാരണം ഇതു തന്നെയാണ്. അതത് സ്വരൂപങ്ങളിലുള്ള പ്രാധാന്യമനുസരിച്ച് ചില തെയ്യങ്ങൾക്ക് മറ്റു തെയ്യങ്ങളുടെ മേൽ അധീശത്വം വരുന്നതു കാണാം. തെയ്യം എന്നതിനേക്കാൾ സ്വരൂപദേവത എന്ന പദമാണിവിടെ കൂടുതൽ അനുയോജ്യം. കോട്ടയം സ്വരൂപത്തിൽ ശ്രീപോർക്കലിയ്ക്കും ചുഴലി സ്വരൂപത്തിൽ ചുഴലി ഭഗവതിയ്ക്കും നേരിയോട്ട് സ്വരൂപത്തിൽ സോമേശ്വരിയ്ക്കും കോലസ്വരൂപത്തിൽ തിരുവർകാട്ട് ഭഗവതിയ്ക്കും

അള്ളടസ്വരൂപത്തിൽ ക്ഷേത്രപാലകനും പ്രാധാന്യം കൂടുതലുള്ളതായി കാണാം.

ബാലുശ്ശേരി മുതൽ കുമ്പള വരെയുള്ള സ്വരൂപങ്ങളെ പരിചയപ്പെടാം.

കുറുംബ്രനാട് - കടത്തനാട് സ്വരൂപങ്ങൾ

ബാലുശ്ശേരി കോട്ട വാഴുന്ന വേട്ടയ്ക്കൊരുമകനെ പരദേവതയായി സ്വീകരിച്ചിട്ടുള്ള കുറുംബ്രാതിരിമാരുടെ കീഴിലുണ്ടായിരുന്ന പ്രദേശമാണ് കുറുംബ്രനാട്. ഇന്നത്തെ കൊയിലാണ്ടി താലൂക്കും വടകര താലൂക്കിന്റെയും വയനാട് ജില്ലയുടെയും തെക്കൻ പ്രദേശങ്ങളും കുറുംബ്രനാട്ടിൽ ഉൾപ്പെടുന്നു. പുലിദൈവങ്ങളുടെയും വേട്ടയ്ക്കൊരുമകന്റെയും കഥകളിൽ ഈ സ്വരൂപത്തെക്കുറിച്ചും അധികാരിയെ കുറിച്ചും പരാമർശമുണ്ട്. ഈ ഭൂമികയിലെ കോലങ്ങൾക്ക് തിറ എന്ന പേരാണ് കൂടുതൽ യോജിക്കുന്നത്.

അതിന് വടക്കുള്ള സ്വരൂപമാണ് കടത്തനാട്. വടകര ആസ്ഥാനമാക്കി ഭരിച്ചിരുന്ന കടത്തനാട്ട് തമ്പുരാൻ (വടകര വാഴുന്നോർ) ആണ് സ്വരൂപാധികാരി. ഇവർ പോർളാതിരി വംശപരമ്പരയാണെന്ന് കേരളോത്പ്പത്തി പോലുള്ള പഴയ ഗ്രന്ഥങ്ങളിൽ പരാമർശമുണ്ട്. സാമൂതിരിയുടെ അധിനിവേശത്തെ തുടർന്ന് രാജ്യവും രാജ്യാധികാരവും ഉപേക്ഷിക്കേണ്ടി വന്ന് കോഴിക്കോട് നിന്നും (പഴയ പോളനാട്) കോലത്ത് നാട്ടിലേയ്ക്ക് പലായനം ചെയ്യേണ്ടി വന്ന പോർളാതിരിമാരാണത്രേ ഇവർ. ലോകനാർകാവിലമ്മയാണ് പരദേവത. കടത്തനാട്ടിലെ കോലങ്ങൾ തെയ്യം എന്ന് പൂർണ അർത്ഥത്തിൽ പറയാൻ കഴിയില്ല, തിറ എന്ന വാക്കുതന്നെയാണ് പ്രചാരമുള്ളതും ഏറെ അനുരൂപവും. കടത്തനാടിന്റെ തെക്കേ അതിരായ കോരപ്പുഴ മുതലാണ് കോലത്തുനാട് ആരംഭിക്കുന്നത് (കോരപ്പുഴ മുതൽ ചന്ദ്രഗിരിപ്പുഴ വരെ).

പാലേരി, കായണ്ണ, ചെറുവണ്ണൂർ, മേപ്പയ്യൂർ, പേരാംബ്ര, കാരയാട്, ഇരിങ്ങാട്ട് തുടങ്ങിയ അംശങ്ങൾ ചേർന്ന ഒരു നാടായിരുന്നു പയ്യോർമല നാട്. സ്വാതന്ത്ര നാട്ടുവാഴികളായ പാലേരി, അവിണിയാട്ട്, കൂടാളി നായന്മാരുടെ കീഴിലായിരുന്നു ഈ ദേശം. സാമൂതിരിയോടും കുറുംബ്രാതിരിയോടുമുള്ള അവരുടെ വിധേയത്വം നാമമാത്രമായിരുന്നു എന്ന് വില്യം ലോഗൻ മലബാർ മാനുവലിൽ രേഖപ്പെടുത്തിയിരിക്കുന്നു.

കടത്തനാടിനും കോട്ടയത്തിനും ഇടയിലുള്ള രണ്ട് ചെറിയ സ്വരൂപങ്ങളാണ് കുറുങ്ങോട്ട്, ഇരുവഴിനാട്. കുറുങ്ങോട്ടിടം കൈമൾ എന്ന് കൂടി അറിയപ്പെട്ട കുറുങ്ങോട്ട് നായരാണ് കുറുങ്ങോട്ട് സ്വരൂപത്തിന്റെ ഭരണാധികാരി. തലശ്ശേരിയിലുള്ള ഇംഗ്ലീഷ് അധിവാസകേന്ദ്രത്തിനും

മാഹിയിലുള്ള ഫ്രഞ്ച് അധിവാസകേന്ദ്രത്തിനും ഇടയിലുള്ള പ്രദേശങ്ങളാണ് കുറുങ്ങോട്ട് നാട്. ഒളവിലം, കല്ലായി എന്നീ അംശങ്ങളായിരുന്നു കുറുങ്ങോട്ട് നാട്ടിൽ ഉൾപ്പെട്ടിരുന്നത്. കുറുങ്ങോട്ട് നാടിന്റെ അധികാരത്തിന് വേണ്ടിയുള്ള തർക്കമാണ് ആരോമൽ ചേകവരുടെ പുത്തരിയങ്കത്തിൽ കലാശിച്ചത് എന്ന് പുത്തൂരം പാട്ടുകളിൽ കാണാം.

ചന്ദ്രോത്ത്, കുന്നുമ്മൽ, കിഴക്കേടത്ത്, കാമ്പ്രത്ത്, നാരങ്ങോളി, കരിയാട് എന്നീ ആറു തറവാട്ടുകളാണ് ഇരുവഴിനാട്ടെ അധികാരികൾ. ഇവരെ ഇരുവഴിനാട്ട് നമ്പ്യാൻമാർ എന്ന് പറയുന്നു. ഇതിൽ ചന്ദ്രോത്ത് യശമാനൻ എന്നറിയപ്പെട്ട ചന്ദ്രോത്ത് നമ്പ്യാർ ആയിരുന്നു പ്രമുഖ സ്ഥാനം വഹിച്ചിരുന്നത്. പാനൂർ, പുത്തൂർ, തൃപ്പറങ്ങോട്ടൂർ, പന്ന്യന്നൂർ, പെരിങ്കളം, കരിയാട് എന്നീ അംശങ്ങൾ ചേർന്നതാണ് ഇരുവഴിനാട്.

വയനാട്

ഇന്നത്തെ വയനാട് ജില്ലയുടെ പകുതിയോളം പ്രദേശങ്ങൾ (മാനന്തവാടി താലൂക്ക്) കോട്ടയം സ്വരൂപത്തിൽ ഉൾപ്പെടുമ്പോൾ മറുപകുതി കുറുംബ്രനാട്ടിലായിരുന്നു. കോട്ടയം സ്വരൂപത്തിൽ ഉൾപ്പെടുന്ന പ്രദേശങ്ങൾ ഉപസ്വരൂപങ്ങളായി പിരിഞ്ഞുനിൽക്കുന്നു.

വയനാട് ജില്ലയിലെ മധ്യഭാഗം വേടരാജവംശമായിരുന്നു ആദ്യകാലത്ത് ഭരിച്ചിരുന്നത്. അവരുടെ ആസ്ഥാനം വേലിയമ്പംകോട്ട ആയിരുന്നു. പിന്നീട് ആ രാജവംശം വേരറ്റു പോകുകയും കോട്ടയം രാജാവ് നൂറോളം നായർ കുടുംബങ്ങളെ വയനാട്ടിലേയ്ക്ക് അയക്കുകയും ചെയ്തു എന്ന് പറയപ്പെടുന്നു. അവർ എത്തിപ്പെട്ട സ്ഥലപ്പേരിൽ അറിയപ്പെടാനും ആ സ്ഥലം ഭരിക്കാനും അവരോട് കൽപിച്ചു. ചെറുകര, കരിങ്ങാരി, വട്ടത്തോട്, മഞ്ചാൻ, മംഗലശേരി എന്നിങ്ങനെ അടുത്തുള്ള അഞ്ച് നായന്മാർ കൂടി ഒരുമിച്ച് ഭരണം നടത്തുകയും അവിടം പൊരുന്നന്നൂർ സ്വരൂപം എന്നറിയപ്പെടുകയും ചെയ്തു. കോട്ടയം സ്വരൂപത്തിന് കീഴിലുണ്ടായിരുന്ന ഉപസ്വരൂപം മാത്രമായിരുന്നു അത്. മഴവന്നൂർ മഹാദേവക്ഷേത്രമാണ് പൊരുന്നന്നൂർ സ്വരൂപക്ഷേത്രം.

'നാട്ടുവാഴ്ച' എന്ന നായന്മാർ വയനാട്ടിലെത്തും മുൻപേ 'കാട്ടുവാഴ്ച' എന്നറിയപ്പെടുന്ന കുറിച്യർ വയനാട്ടിലുണ്ടായിരുന്നു. തെയ്യം കാട്ടുവാഴ്ച എന്നാണ് അവരെ അഭിസംബോധന ചെയ്യുന്നത്. കുറിച്യരുടെ കുലദൈവമായ മലക്കാരി ദൈവം വയനാട്ടിൽ വ്യാപകമായി ആരാധിക്കപ്പെടുന്ന ഒരു മൂർത്തിയാണ്. വടക്കേ വയനാട്ടിലെ മലക്കാരി തിറ കാണേണ്ട കാഴ്ച തന്നെയാണ്.

ബാണാസുരന്റെ കോട്ടയ്ക്ക് കാവൽ നിന്ന മലവേടരൂപത്തിലുള്ള ശിവൻ ആണ് മലക്കാരി എന്നാണ് വിശ്വാസം. ബാണാസുരമല കയറിയ ദൈവം മലകയറിയ ദൈവം എന്നാവുകയും അത് ലോപിച്ച് മലക്കാരി ആവുകയും ചെയ്തു എന്ന് പറയപ്പെടുന്നു. 'കാട്ടുവാഴ്ച്ച' എന്നറിയപ്പെടുന്ന കുറിച്യരുടെ ഒരു പ്രധാന ആരാധനാമൂർത്തി കൂടിയാണ് മലക്കാരി ദൈവം. വയനാട്ടിലെ മറ്റ് തെയ്യങ്ങൾ മലക്കാരിയെ വാളാരംകോട്ട എന്നാണ് അഭിസംബോധന ചെയ്യുക. മലക്കാരിയുടെ തോറ്റത്തിൽ പറയുന്ന ആരൂഢസ്ഥാനങ്ങളാണ് കക്കോട്ടറ (ആദ്യമായി കുടിയിരുന്നത്), കുണ്ടിൽ പൂങ്കാവനം (രണ്ടാമതായി കുടിയിരുന്നത്), നല്ലൂർനാട്/ തോണിച്ചാൽ (മൂന്നാമതായി വന്നിരുന്ന സ്ഥലം). ഇതിൽ തോണിച്ചാൽ ഇരുന്നതിന് ശേഷം വയനാട് മുഴുവൻ ചൈതന്യം വ്യാപിച്ചു എന്നാണ് ഐതിഹ്യം. കക്കോട്ടറ ഒരു പ്രസിദ്ധമായ കുറിച്യത്തറവാടാണ്. തച്ചോളി ഒതേനനെ മലക്കാരി കാലിമേയ്ക്കുന്ന കുട്ടിയുടെ രൂപത്തിൽ വന്ന് സഹായിച്ചിരുന്നതായി ഒരു കഥയുണ്ട്. ആ ഒരു സ്മരണയ്ക്കായി ഒതേനൻ തോണിച്ചാൽ മലക്കാരിക്ക് ഒരു കഠാര സമർപ്പിച്ചു. അത് ഇന്നും അവിടെ സൂക്ഷിച്ചിട്ടുണ്ട്. മലദൈവങ്ങളിൽ ഏറ്റവും പ്രാധാന്യമുള്ള ദേവനും മലക്കാരിയാണ്. വയനാടിന് പുറത്ത് കോഴിക്കോട് കൊയിലാണ്ടി ഭാഗത്ത് മുച്ചുകുന്ന് കോട്ട, കീഴൂർ വാതിൽ കാപ്പോർ ക്ഷേത്രം എന്നീ ക്ഷേത്രങ്ങളിൽ വാതിൽ കാപ്പോർ എന്ന പേരിൽ മലക്കാരിയെ ആരാധിക്കുന്നു. കോട്ടയ്ക്ക് കാവൽ നിന്ന ശിവൻ എന്ന അർത്ഥത്തിൽ തന്നെയാണ് ആ പേര് വന്നത്. അവിടെ തിറയില്ല, കളമെഴുത്തും പാട്ടുമാണ്.

കുറിച്യരുടെ ഉപാസനാ മൂർത്തികളായ അതിരാളൻ, വേട്ടക്കാളൻ, കാളിയാരതൻ, പൂവായൻ, പുള്ളിയാളൻ തുടങ്ങിയ തെയ്യങ്ങളും വയനാട്ടിലുണ്ട്. ഓടുന്ന തെയ്യങ്ങൾ എന്ന പേരിൽ അറിയപ്പെടുന്ന ഈ മൂർത്തികൾ കാട്ടിൽ വാഴാൻ ഇഷ്ടപ്പെടുന്നവരാണ്. മലയിൽ നിന്ന് തെയ്യസ്ഥാനങ്ങളിലേയ്ക്ക് എഴുന്നള്ളിക്കുമ്പോൾ തിരിച്ച് കാട്ടിലേയ്ക്ക് തന്നെ പറ്റിച്ചോടുക പതിവുണ്ട്. കുറിച്യരുടെ കോമരങ്ങളായ പുറങ്കാലന്മാർ പിറകെ പോയി ദൈവങ്ങളെ ഭക്തിപൂർവം തടുത്തുനിർത്തി ആനയിച്ച് കൊണ്ടുവരും.

കണ്ണൂർ ജില്ലയിലെ കണ്ണപുരം ശ്രീ കുറവക്കാവ് രണ്ടേക്കർ വനത്തിന് നടുവിൽ സ്ഥിതി ചെയ്യുന്ന മനോഹരമായ ഒരു ക്ഷേത്രമാണ്. അവിടെ ചേടാറ്റിൻ ഭഗവതി എന്ന സീതാദേവിയാണ് പ്രധാന ദേവത. ലവകുശ സങ്കൽപത്തിലുള്ള മുരിക്കൻമാരും ഉണ്ട്. ഈ ക്ഷേത്രത്തിന്റെ ആരൂഢം വയനാട് പുൽപ്പള്ളി ചേടാറ്റിൻ കാവ് ആണ്. ഇത് പോലെ പല മൂർത്തികളും വയനാട്ടിൽ നിന്ന് പുറപ്പെട്ട് മലനാട്ടിലെത്തിയിട്ടുണ്ട്. അറയിൽ

ഭഗവതി, വയനാട്ട് കുലവൻ ഒക്കെ ഉദാഹരണങ്ങളാണ്. തുലാം 8 ന് പൂതാടിക്കോട്ടയിലെ തെയ്യത്തോടെയാണ് വയനാട്ടിൽ തെയ്യക്കാലത്തിന് തുടക്കമാവുക. പൂതാടി ഭഗവതി എന്ന ഭഗവതിത്തെയ്യമാണ് അവിടെ കെട്ടിയാടുക. ഈ പൂതാടിക്കോട്ട അല്ലെങ്കിൽ പൂതുവാടിക്കോട്ട പല തെയ്യങ്ങളുടേയും തോറ്റത്തിലും ഐതിഹ്യത്തിലും പരാമർശമുണ്ട്. കോലത്ത് നാട്ടിൽ കെട്ടിയാടുന്ന പൂതുവാടി കന്നിക്കൊരുമകൻ, പൂതുവാടി മലക്കാരി തുടങ്ങിയ തെയ്യങ്ങൾക്ക് ഈ ബന്ധം കാണാം.

വയനാട്ടിലെ മറ്റൊരു പ്രധാന ആരാധനാമൂർത്തി വള്ളിയൂർക്കാവിലമ്മയാണ്. വനദുർഗ, രുധിരകാളി, ജലദുർഗ എന്നീ മൂന്ന് ഭാവങ്ങളിലാണ് അവിടെ ഭഗവതീ സാന്നിധ്യം. സീതാദേവി, മുരിക്കൻമാർ, മലക്കാരി തുടങ്ങിയ ഉപദേവതമാരും വള്ളിയൂർക്കാവിലുണ്ട്. തൊണ്ടിയൂർ നാട് എന്ന ഒരു പ്രദേശവും വയനാട്ടിലുണ്ട്. തൊണ്ടർ നമ്പ്യാരായിരുന്നു അവിടുത്തെ ഭരണാധികാരി. ആ നാടിന്റെ പരദേവതയാണ് തൊണ്ടർകോട്ട പുള്ളിമാലമ്മയും ഉതിരമാരുതനും. വയനാട്ടിലെ ചില ഭഗവതി തെയ്യങ്ങളാണ് പാലമംഗലം ഭഗവതി, പാൽപ്പനാൽ ഭഗവതി, കുരിക്കിലാൽ ഭഗവതി, പൂതാടി ഭഗവതി, വടക്കത്തി, കരിമ്പിൽ ഭഗവതി, ശ്രീ പോർക്കലി, പുലിച്ചാടിച്ചി ഭഗവതി, കല്ലിട്ടുംതാഴ ഭഗവതി, തൊണ്ടർക്കോട്ട ഭഗവതി തുടങ്ങിയവർ. ശ്രീ മുത്തപ്പന്റെ ആരാധനയും വയനാട്ടിലുണ്ട്. മലയിൽ കുടിയിരിക്കുന്ന മുത്തപ്പൻ എന്ന സങ്കൽപത്തിലാണെന്ന് പറയപ്പെടുന്നു.

വേട്ടയ്ക്കൊരുമകന്റെ ഒരു പ്രധാന ദേശമാണ് വയനാട്. നമ്പുമലക്കോട്ടയിൽ നിന്ന് മുന്നൂറ് കാതമുള്ള വയനാട് വലം ചെയ്താണ് വേട്ടയ്ക്കൊരുമകൻ ബാലുശേരിക്കോട്ടയിലെത്തിയത് എന്ന് വിശ്വസിക്കപ്പെടുന്നു. വയനാട് ഭാഗങ്ങളിൽ വേട്ടയ്ക്കൊരുമകൻ ആരാധന വ്യാപകമായി ഉണ്ട്. കെട്ടിയാട്ടവും തിറയും ഉണ്ട്.

കണ്ണൂരും കാസറഗോഡും പോലെ തന്നെ തെയ്യം-തിറ പോലുള്ള അനുഷ്ഠാനങ്ങളാൽ സമ്പന്നമാണ് വയനാട്, കോഴിക്കോട് ജില്ലകളും. പക്ഷേ, പലപ്പോഴും ഫോക്ക്‌ലോർ പഠിതാക്കളുടെ ശ്രദ്ധ ഇവിടങ്ങളിലേയ്ക്ക് എത്താറില്ല എന്നത് ഒരു വസ്തുതയാണ്.

കോട്ടയം - രണ്ടത്തറ സ്വരൂപങ്ങൾ

തലശ്ശേരിയ്ക്കും കണ്ണൂരിനും ഇടയിലുള്ള എടക്കാട്, ചാല മുതലായ പ്രദേശങ്ങൾ ഉൾക്കൊള്ളുന്ന സ്വരൂപമാണ് രണ്ടത്തറ സ്വരൂപം. ആയില്യത്ത്, അരയത്ത്, കണ്ടോത്ത്, പള്ളിയത്ത് തുടങ്ങിയ നാലു വീട്ടുകാർ അടങ്ങിയ രണ്ടത്തറ അച്ചൻമാർ ആയിരുന്നു സ്വരൂപാധികാരികൾ. ചാല ശ്രീ ഭഗവതി ക്ഷേത്രം ഈ സ്വരൂപത്തിലെ ഒരു

പ്രധാന ക്ഷേത്രമാണ്. രണ്ടു ഇല്ലം വർഗം നമ്പ്യാൻമാർ എന്നറിയപ്പെട്ട ഒമ്പത് വീട്ടിൽ ഊരാളൻമാരുടെ ഊരായ്മയിലുണ്ടായിരുന്ന നടാൽ ഊർപ്പഴച്ചിക്കാവും ഈ സ്വരൂപത്തിലാണ്. ക്ഷേത്ര വ്യവസ്ഥിതിയും കാവ് സംസ്കാരവും സമന്വയിക്കുന്ന ഒരു മഹാ ക്ഷേത്രമാണ് ഊർപ്പഴച്ചിക്കാവ്. ഉദയമാനം ഊർപ്പഴശ്ശിക്കോട്ട എന്ന തോറ്റത്തിലും വാചാലത്തിലും പരാമർശിക്കുന്ന ഈ ക്ഷേത്രം ഊർപ്പഴച്ചി ദൈവത്തിന്റെ ആരൂഢസ്ഥാനമാണ്. ഊർപ്പഴച്ചി ദൈവത്താർ, വേട്ടയ്ക്കൊരുമകൻ, ഭഗവതി എന്നിവരാണ് പ്രധാന ആരാധനാമൂർത്തികൾ. ഈ സ്വരൂപത്തിലാണ് മാവിലാക്കാവും മാക്കം ഭഗവതിയുടെ ആദ്യ സ്ഥാനമായ ചാലയിൽ പുതിയ വീടും. പിൽക്കാലത്ത് കുഞ്ഞിമംഗലം കടാങ്കോട്ട് തറവാട്ടിലെ കളിയാട്ടവും പ്രശസ്തിയാർജിച്ചുവെങ്കിലും ആദ്യമായി കോലം ചിട്ടപ്പെടുത്തിയത് ഇവിടെയാണ്. കുടൻ ഗുരുക്കന്മാർ കാവ് ഈ സ്വരൂപത്തിലെ എടുത്തു പറയേണ്ട ഒരു ദേവസ്ഥാനമാണ്. അയിത്തത്തിനെതിരെ പോരാടി ചരിത്രത്തിൽ തന്റേതായ സ്ഥാനം നേടിയ ഒരു മഹാദിവ്യനായിരുന്നു കുടൻ ഗുരുനാഥൻ. ധീരോദാത്തമായ ഒരു ജീവിതത്തിനൊടുവിൽ എരിഞ്ഞേരി മലയിൽ ചെന്ന് മായകം പൂകിയ ആ ദിവ്യന്റെ കോലം പുറപ്പാട് അത്യാവേശകരമാണ്. കക്കന്നത്ത് കാവ്, കടമ്പൂർ പൂങ്കാവ്, ചാല കളരിവട്ടം, ആഡൂർ പനച്ചിക്കാവ്, ഇരിവേരി പുലിദൈവം കാവ്, നെല്ലിയോട്ട് കുറുംബക്കാവ്, ആദിമൂലിയാടൻ കാവ്, ചാലിൽ വിഷ്ണുമൂർത്തിക്കാവ് തുടങ്ങി അനേകം ദേവസ്ഥാനങ്ങളും നിരവധി വയനാട്ട് കുലവൻ സ്ഥാനങ്ങളും ഈ ദേശത്തിന് മാറ്റ് കൂട്ടുന്നു. മാവിലാക്കാവിലെ വിഷുവുത്സവം വളരെ പ്രസിദ്ധവും വിവിധ ചടങ്ങുകളാൽ സമ്പന്നവുമാണ്.

തലശേരി താലൂക്കിലെ തൊണ്ണൂറ് ശതമാനം പ്രദേശങ്ങളും വയനാട് ജില്ലയിലെ മാനന്തവാടി താലൂക്കും ഉൾക്കൊള്ളുന്നതാണ് കോട്ടയം സ്വരൂപം (പ്രയാട്ട് കര സ്വരൂപം). കോട്ടയം രാജാക്കൻമാർ ആണ് ഭരണാധികൾ. വീരകേരളവർമ പഴശ്ശിരാജയും കോട്ടയത്തുതമ്പുരാനും കോട്ടയം രാജവംശത്തിൽ പെട്ടവരാണ്. ശ്രീ പോർക്കലി ആണ് സ്വരൂപദേവത. കോട്ടയം തൃക്കൈക്കുന്ന് മഹാദേവനും കൊട്ടിയൂർ പെരുമാൾക്കും പ്രാധാന്യം കൽപ്പിച്ച് വരുന്നു. കേരളീയശൈലിയിലുള്ള വളരെ മനോഹരമായ ഒരു നിർമിതിയാണ് കോട്ടയം ശിവക്ഷേത്രം. ഇവിടെ തെയ്യത്തിന്റെയും തിറയുടേയും സമ്മിശ്രരൂപമാണെന്നാണ് പറയാം. കഥകളി പിച്ചവച്ച നാടാണിതെന്നാണ് ഐതിഹ്യം. മുഴക്കുന്ന് മൃദംഗ ശൈലേശ്വരി ക്ഷേത്രത്തിലെ കുളക്കടവിൽ വച്ചാണത്രെ കോട്ടയത്ത് തമ്പുരാന് കഥകളിയിലെ സ്ത്രീ വേഷം ചിട്ടപ്പെടുത്താനായത് എന്നൊരു വിശ്വാസമുണ്ട്. കുളത്തിൽ നിന്നും പൊങ്ങി വന്ന് ദേവി തമ്പുരാന് ആ

വേഷം കാട്ടിക്കൊടുത്തു എന്ന കഥ അതിമനോഹരം തന്നെ. കൊട്ടിയൂർ ക്ഷേത്രത്തിലെ വൈശാഖോത്സവം വളരെ പ്രസിദ്ധമാണ്. പുറവഴിനാട് എന്ന പ്രയാട്ട് കര സ്വരൂപത്തിനകത്ത് തന്നെ കല്യാട്ട് സ്വരൂപം, നടുവനാട്ട് സ്വരൂപം, കാനച്ചേരി സ്വരൂപം തുടങ്ങിയ ഉപസ്വരൂപങ്ങളുണ്ടായിരുന്നതായി ഡോ. കെ കെ എൻ കുറുപ്പ് സമാഹരിച്ച കൂടാളി ഗ്രന്ഥവരി എന്ന പുസ്തകത്തിന്റെ മുഖവുരയിൽ പ്രതിപാദിക്കുന്നുണ്ട്. ശ്രീ മുത്തപ്പന്റെ ഒരു പ്രധാന സ്ഥാനമായ പുരളിമല ഈ സ്വരൂപത്തിലാണ്. കോട്ടയം സ്വരൂപവുമായി ബന്ധപ്പെട്ട മുത്തപ്പന്റെ കഥകൾ കൂടുതൽ പഠനവിധേയമാക്കേണ്ടിയിരിക്കുന്നു. കണ്ണൂർ നഗരവും ലക്ഷദ്വീപും ഭരിച്ച അറക്കൽ രാജവംശവും വടക്കൻ കേരളത്തിന്റെ ചരിത്രഗതികളിൽ ഒരു സുപ്രധാന പങ്ക് വഹിച്ചവരാണ്.

കോലത്ത് നാല് സ്വരൂപം

കോലത്തുനാട്ടിൽ നാലു സ്വരൂപങ്ങളാണുണ്ടായിരുന്നത്. തെക്കൻ കുറ്റി, വടക്കൻ കുറ്റി, ചുഴലി, നേരിയോട്ട് എന്നിവയാണവ. അമ്മ ദൈവാരാധനയ്ക്ക് പ്രാധാന്യമുള്ള സ്വരൂപങ്ങളാണിവ. ഇതിൽ തെക്കൻ കുറ്റിയും വടക്കൻ കുറ്റിയും കോലത്തിരി രാജകുടുംബം നേരിട്ട് ഭരണം നടത്തുന്നവയും മറ്റ് രണ്ട് സ്വരൂപങ്ങൾ നാട്ടുവാഴികളുടെ നിയന്ത്രണത്തിലുമായിരുന്നു. ചുഴലി നമ്പ്യാന്മാരിൽ മൂത്തയാളായ നായനാർ ആണ് ചുഴലി സ്വരൂപാധികാരി. സ്വരൂപ പരദേവത പെരും ചുഴലി വാഴും ചുഴലി ഭഗവതിയും. ഇത് ശ്രീകണ്ഠപുരത്തിനടുത്താണ്. പെരും ചുഴലിക്കു മുൻപായി ഭഗവതി ശേഷിപ്പെട്ടത് മണക്കുളങ്ങര, കടമ്പേരി ചുഴലി ഭഗവതി ക്ഷേത്രങ്ങളിലാണ്. തെയ്യ പ്രപഞ്ചത്തിലെ ഏറ്റവും വലിയ തിരുമുടിയുള്ള കടമ്പേരി ചുഴലി ഭഗവതിയുടെ പെരുങ്കളിയാട്ടം പണ്ടുകാലങ്ങളിൽ നടന്നു വന്നിരുന്നു. ഇന്നത്തെ തളിപ്പറമ്പിന്റെ കിഴക്കൻ പ്രദേശങ്ങളും (കുറുമാത്തൂർ - ചുഴലി - ചെങ്ങളായി - ശ്രീകണ്ഠപുരം - പയ്യാവൂർ) തളിപ്പറമ്പിന് തെക്കുള്ള കടമ്പേരി, മാങ്ങാട് മുതലായ പ്രദേശങ്ങളും ഈ സ്വരൂപത്തിലായിരുന്നു എന്ന് അനുമാനിക്കാം. മാങ്ങാട് നീലിയാർ കോട്ടം, മാങ്ങാട് എരിഞ്ഞിക്കീൽ തുടങ്ങി നീലിയാർ ഭഗവതിയുടെ കോലസ്വരൂപത്തിലെ ആദ്യ സ്ഥാനങ്ങൾ ഈ പ്രദേശങ്ങളിലാണ്. അതേ സമയം അൽപം പടിഞ്ഞാറ് മാറിയുള്ള പെരുന്തോട്ടം നീലിയാർ കോട്ടവും പഴയങ്ങാടി പുഴയ്ക്ക് വടക്കുള്ള മാതമംഗലം, കാരാട്ട് മുതലായ നീലിയാർ കോട്ടങ്ങളും വടക്കൻ കുറ്റി സ്വരൂപത്തിലാണെന്ന് അനുമാനിക്കാം. പഴയങ്ങാടി പുഴയ്ക്ക് വടക്ക് കണ്ണോത്ത് വിഷ്ണുമൂർത്തി ക്ഷേത്രത്തിലും നീലിയാർ ഭഗവതിയുടെ സാന്നിധ്യം ഉണ്ടെങ്കിലും കെട്ടിക്കോലം ഇല്ല. കിഴക്കൻ മലയോരത്തെ ഏരുവേശി ദേശത്ത്

മന്നനാർ എന്ന പേരിൽ ഒരു പ്രബല നാട്ടുവാഴി വംശം ഉണ്ടായിരുന്നു. ഇവർ തീയ്യസമുദായത്തിലുള്ളവരായിരുന്നു.

കോലസ്വരൂപം എന്ന് പറയുമ്പോൾ വടക്കൻ കുറ്റി സ്വരൂപവും തെക്കൻ കുറ്റി സ്വരൂപവും മാത്രമല്ല ചുഴലി, നേരിയോട്ട് എന്നിവയുൾപ്പെട നാല് സ്വരൂപങ്ങളും ചേർന്നാണ് പറയുന്നത് എന്ന് നിരീക്ഷിക്കാവുന്നതാണ്. ഈ നാല് സ്വരൂപങ്ങളും തമ്മിലുള്ള അതിരുകൾ കൃത്യമായി നിശ്ചയിക്കാൻ പലപ്പോഴും പറ്റാതെ വരികയും സ്വരൂപാചാരങ്ങൾ കലർന്നു വരികയും ചെയ്യുന്നത് ഇത് കൊണ്ടാവാം.

തളിപ്പറമ്പിന്റെ വടക്ക കിഴക്കൻ പ്രദേശങ്ങളാണ് നേരിയോട്ട് സ്വരൂപം. നേർപ്പാട്ട് കമ്മൾ എന്ന സാമന്തനാണ് ഭരണാധികാരം ഉണ്ടായിരുന്നത്. നേരിയോട്ട് ഇടക്കാരിൽ മൂത്ത വ്യക്തിക്ക് അയോധ്യാരാമൻ കൈമൾ എന്ന സ്ഥാനപ്പേര് കൂടിയുണ്ടായിരുന്നതായി പറയപ്പെടുന്നു. പയ്യന്നൂരിൽ ഇവരുടെ ഒരു 'ഇടം' ഉണ്ട്. പടപ്പേങ്ങാട് സോമേശ്വരിയാണ് സ്വരൂപദേവത. പുറംകാവൽക്കാരി ആയി പായത്ത് കരിഞ്ചാമുണ്ഡിയും. കരിഞ്ചാമുണ്ഡിയുടെ മൂലസ്ഥാനം ഈ സ്വരൂപമാണ്. തടിക്കടവൻ ആചാരപ്പേര് കിട്ടിയ പെരുവണ്ണാനാണ് ഈ ദേവതയുടെ കോലം ധരിക്കേണ്ടത് (പുലയ, മാവില സമുദായക്കാരും ഈ ദേവതയെ കെട്ടിയാടുന്നുണ്ട്). കുറ്റ്യേരി മോലോത്തെ പെരുങ്കലശത്തോടെയാണ് ഈ സ്വരൂപത്തിലെ കളിയാട്ടങ്ങൾക്ക് അവസാനമാകുക. ഏഴോം പഞ്ചായത്തിലെ കൊട്ടില, നരിക്കോട് പ്രദേശങ്ങൾ മുതൽ (കണ്ണോത്തുള്ള എരുവള്ളിത്തോട് മുതൽ) അങ്ങ് അരങ്ങത്ത് കൊട്ടുമ്പുറം വരെ (അരങ്ങത്ത് ശിവക്ഷേത്രം) ഈ സ്വരൂപത്തിന്റെ പരിധി ഒരു കാലത്ത് വ്യാപിച്ചിരുന്നു എന്ന് കാണാം. സ്വരൂപപരദേവതയായ സോമേശ്വരിയോടൊപ്പം ക്ഷേത്രപാലകനെയും അതിപ്രാധാന്യത്തോടെ ആരാധിച്ചിരുന്നു. ഈ സ്വരൂപത്തിലെ പുതിയഭഗവതി കളിയാട്ടങ്ങളിൽ വലിയ കൊണ്ടൽ മുടിയോട് കൂടിയുള്ള ഭദ്രകാളിയെ കെട്ടിയാടിക്കാറുണ്ട് എന്നത് ഒരു സവിഷേത ആണ്. ഏഴോം ഗ്രാമത്തിൽ തന്നെ രണ്ട് സ്വരൂപങ്ങൾ അതിർത്തി പങ്കിടുന്നതായി കാണാം. രണ്ട് സ്വരൂപങ്ങളിലെയും പുതിയ ഭഗവതി കളിയാട്ടങ്ങളിലുള്ള ഈ ഒരു വ്യത്യസ്തത ഈ ഗ്രാമത്തിൽ തന്നെ പ്രകടമായി കാണുന്നു. നേരിയോട്ട് സ്വരൂപത്തിലെ കൊട്ടിലയിലും നരിക്കോട്ടും പുതിയ ഭഗവതിയുടെ കൂടെ കൊണ്ടൽ മുടിവച്ച ഭദ്രകാളി ഉണ്ട്. എന്നാൽ വടക്കൻ കുറ്റി സ്വരൂപത്തിലെ കണ്ണോത്തും എഴോത്തും ചെങ്ങലും കൊണ്ടൽ മുടിവച്ച ഭദ്രകാളി ഇല്ല, പകരം പുതിയ ഭഗവതി ഭദ്രകാളി കോലത്തിൻ മേൽ കോലം ആണ്. പുതിയഭഗവതിയുടെ ആറാടിക്കലിന് ശേഷം പുതിയഭഗവതിക്കോലം തന്നെ ഭദ്രകാളി ആയി മാറുകയാണ് ഇവിടങ്ങളിൽ.

തളിപ്പറമ്പ്

കോലത്തിരിയുടെയും പെരിഞ്ചല്ലൂർ ബ്രാഹ്മണരുടെയും അധികാര പ്പോരാട്ടങ്ങൾ കൊണ്ട് കലുഷിതമാണ് തളിപ്പറമ്പിന്റെ ചരിത്രം. മാത്ര മല്ല ചുഴലി, നേരിയോട്ട്, വടക്കൻ കുറ്റി സ്വരൂപങ്ങൾ തളിപ്പറമ്പിന്റെ അതിർത്തി പ്രദേശങ്ങൾ എന്നോണം ഒരു കൂടിച്ചേരലിന് വഴിയൊരു ക്കുന്നു. അതിനാൽ തന്നെ വടക്കൻ കുറ്റി, ചുഴലി, നേരിയോട്ട്, പെരി ഞ്ചല്ലൂർ ഗ്രാമം എന്നീ നാല് ഭരണ മേഖലകളുടെയും സവിഷേതകൾ ഇവിടെ കാണാം.

തളിപ്പറമ്പിലും പരിസരപ്രദേശങ്ങളിലും കളിയാട്ടങ്ങളെ അവയുടെ സ്വഭാവമനുസരിച്ച് പല രീതിയിൽ പറയാറുണ്ട്.

ചെറിയ കളിയാട്ടം - കാവിലെ ദൈവസങ്കൽപങ്ങളിൽ ചില ദൈവങ്ങളെ മാത്രം കെട്ടിയാടിക്കുന്നു.

മരക്കലക്കളിയാട്ടം - തിരുവാർമൊഴി, മൂത്ത ഭഗവതി എന്നിവരെ തളിപ്പറമ്പ് ഭാഗത്ത് മരക്കലത്തമ്മാർ എന്ന് പറയാറുണ്ട്. മരക്കലത്തിൽ കടൽ സഞ്ചാരം നടത്തി മലനാട്ടിൽ ശേഷിപ്പെട്ട ദേവതകളെ മരക്കല ദേവതമാർ എന്ന് പൊതുവായി പറയും. മരക്കാലത്തമ്മാരുടെ കളിയാ ട്ടത്തെയാണ് മരക്കലക്കളിയാട്ടം എന്ന് പറയുന്നത്. സഹോദരനായ നിദ്രഗോപാലൻ ദൈവത്തെയും മരക്കലക്കളിയാട്ടത്തിൽ പ്രാധാന്യ ത്തോടെ കെട്ടിയാടിക്കുന്നു. തിരുവാർമൊഴി, മൂത്ത ഭഗവതി എന്നിവർ ക്ക് പ്രാധാന്യമനുസരിച്ച് ഇളം കോലമോ തോറ്റമോ ഉണ്ടാവും. ഏഴോം കൊഴിച്ചിയിൽ കാവ്, കുന്നൂൽ കാവ്, പാലപ്രത്ത് കാവ്, കപ്പോത്ത് കാവ്, കൂവപ്രത്ത് കാവ് എന്നിവടങ്ങളിലൊക്കെ മരക്കലക്കളിയാട്ടം ഉണ്ട്. ഏഴോം കൊഴിച്ചിയിൽ കാവിൽ ഒരു വർഷം ചെറിയ കളിയാട്ടം എന്ന പേരിൽ പുതിയ ഭഗവതിയേയും പരിവാരങ്ങളെയും വിഷ്ണുമൂർത്തി യെയും മാത്രം കെട്ടിയാടുന്നു. അടുത്ത വർഷം കൂട്ടക്കളിയാട്ടം / വലിയ കളിയാട്ടം / മരക്കലക്കളിയാട്ടം എന്ന പേരിൽ മരക്കലത്തമ്മമാരെയും മറ്റ് ദൈവചൈതന്യങ്ങളെയും കെട്ടിയാടിക്കുന്നു.

വലിയ കളിയാട്ടം / കൂട്ടക്കളിയാട്ടം (രണ്ട് വർഷത്തിലൊരിക്കൽ അല്ലെങ്കിൽ വർഷങ്ങൾക്ക് ശേഷം ഉണ്ടാകുന്ന കളിയാട്ടം) - കാവിൽ കെട്ടിക്കോലമുള്ള എല്ലാ ദൈവസങ്കൽപങ്ങളെയും കെട്ടിയാടിക്കുന്നു. തീയസമുദായത്തിന്റെ കാവുകളിലാണ് മേൽപറഞ്ഞ കളിയാട്ടങ്ങൾ പ്രധാനമായും നടക്കുന്നത്.

പെരുങ്കളിയാട്ടം - ചുരുങ്ങിയത് 12 വർഷങ്ങളുടെ ഇടവേള എങ്കിലും ഉണ്ടാകുമ്പോഴാണ് പെരുങ്കളിയാട്ടം എന്ന് പറയുന്നത്. എന്നിരു ന്നാലും ഇതിനും അപവാദങ്ങളുണ്ട്. തളിപ്പറമ്പ് ഭാഗത്ത് വാണിയ

സമുദായത്തിന്റെ മുച്ചിലോട്ടുകളിൽ ആണ് 12 വർഷ പെരുങ്കളിയാട്ടങ്ങൾ ഉള്ളത്. ഇത് കൂടാതെ കടമ്പേരി ചുഴലി ഭഗവതി ക്ഷേത്രം, എരിഞ്ഞിക്കീൽ, മണക്കുളങ്ങര ദേവി ക്ഷേത്രം എന്നിവിടങ്ങളിലെ കളിയാട്ടങ്ങൾക്കും പെരുങ്കളിയാട്ടം എന്ന് പറയാറുണ്ട്.

ഐവര് കളിയാട്ടം - പുലി ദൈവങ്ങളുടെ കളിയാട്ടത്തെയാണ് ഐവര് കളിയാട്ടം എന്ന് പറയുന്നത്. മരത്തക്കാട്, അഞ്ചിങ്ങൽ, പാറമ്മൽ, ആനക്കീൽ, കൊട്ടിയൂർ നൻമഠം, പരിയാരം ഉദയപുരം, കടന്നപ്പള്ളി കുറ്റ്യാട്ട്, മാതമംഗലം, പറവൂർ, ഏര്യം, തളിപ്പറമ്പ് മാവിച്ചേരി, നടുവിൽ, കണ്ടോത്ത്, മല്ലിയോട്ട്, രാമന്തളി പൂച്ചാലറ തുടങ്ങിയ സ്ഥലങ്ങളിൽ ഐവർ കളിയാട്ടം ഉണ്ട്. ഐവര് കളിയാട്ടങ്ങൾ തുടങ്ങുന്നത് പ്രധാനമായും തളിപ്പറമ്പ് തൊട്ട് വടക്കോട്ടാണ്. പക്ഷേ, തളിപ്പറമ്പിന് തെക്ക് പാപ്പിനിശ്ശേരി കല്ലരിക്കാവിലും ചെറുകുന്ന് കുവപ്രത്ത് കാവിലും ഐവര് കളിയാട്ടങ്ങൾ ഉണ്ട്. നരിക്കോട് മാനിച്ചേരി കന്നിക്കൊരുമകൻ ക്ഷേത്രം ഒരുകാലത്ത് ഐവർ ക്ഷേത്രമായിരുന്നു എന്ന് പറയപ്പെടുന്നു. തീയ സമുദായ താനങ്ങളിലാണ് ഐവര് കളിയാട്ടങ്ങളും മരക്കലക്കളിയാട്ടങ്ങളും പ്രധാനമായും ഉള്ളത്.

പുതിയോതി കളിയാട്ടം - പുതിയ ഭഗവതി, വിഷ്ണുമൂർത്തി, വീരൻ, വീരർ കാളി എന്നീ കോലങ്ങൾ ആണ് പ്രധാനമായി ഉണ്ടാവുക. ചിലയിടങ്ങളിൽ ഭദ്രകാളിയും ഉണ്ടാകും. വയൽ തിറയായും പള്ളിയറ സ്ഥാനങ്ങളിലും പുതിയ ഭഗവതി കളിയാട്ടങ്ങൾ കഴിക്കാറുണ്ട്.

വേട്ടയ്ക്കൊരു മകൻ കളിയാട്ടം - വേട്ടയ്ക്കൊരുമകൻ, ഊർപ്പഴശ്ശി ദൈവങ്ങളെ കെട്ടിയാടിക്കുന്നു. തളിപ്പറമ്പ് ഭാഗങ്ങളിൽ നായർ സമുദായത്തിനും ആന്തൂർ നായർ സമുദായത്തിനും ആണ് വേട്ടയ്ക്കൊരുമകൻ കളിയാട്ടങ്ങൾ പ്രധാനമായും ഉള്ളത്.

മലേറാട്ട് - നമ്പൂതിരിയില്ലങ്ങളിൽ 12 വർഷമോ അതിൽ കൂടുതലോ ഇടവേളയിൽ നടത്തേണ്ടുന്ന കളിയാട്ടം. കുട്ടിച്ചാത്തൻ, ഭൈരവൻ, ഉച്ചിട്ടമ്മ തുടങ്ങിയ മന്ത്രമൂർത്തികളും തീച്ചാമുണ്ഡിയും മറ്റനേകം കോലങ്ങളും കെട്ടിയാടപ്പെടും. നരിക്കോട്ട് കുന്നമംഗലത്ത് ഈററിശ്ശേരി ഇല്ലം, പൂന്തോട്ടം പുടയൂർ ഇല്ലം, നടുവത്ത് പുടയൂർ ഇല്ലം, ഏരുവേശ്ശി പുടയൂർ ഇല്ലം, ഇടവലത്ത് പുടയൂർ ഇല്ലം, കുറുമാത്തൂർ ഇല്ലം, ചെറിയൂർ ഇല്ലം, ചെവിട്ടംകര ഇല്ലം തുടങ്ങിയ ഇല്ലങ്ങളിൽ മലേറാട്ട് ഉണ്ട്. ഇതിൽ പൂന്തോട്ടം പുടയൂർ ഇല്ലാതെ മലയാറാട്ട് വളരെ പ്രശസ്തമാണ്. ശൈവകുട്ടിശാസ്തൻ എന്ന തെയ്യം അവിടെ മാത്രം കെട്ടിയാടുന്നതും മലേറാട്ടിൽ വളരെ പ്രാധാന്യമുള്ളതുമാണ്.

നടയിൽ കളിയാട്ടം - ക്ഷേത്രത്തിലെ പുറം കാവൽക്കാരായ ദേവതമാരെ ക്ഷേത്രത്തിന് പുറത്ത് നടയിൽ വച്ച് കെട്ടിയാടുന്നതിനെയാണ് നടയിൽ കളിയാട്ടം എന്ന് പറയുന്നത്. കാഞ്ഞിരങ്ങാട്, അരങ്ങം, വെള്ളാട്, പടപ്പേങ്ങാട്, പട്ടുവം, കുറ്റ്യേരി, പൂമംഗലം തുടങ്ങിയ ക്ഷേത്രങ്ങളിൽ നടയിൽ കളിയാട്ടം ഉണ്ട്.

കലശം - മാടായിക്കാവ്, കളരിവാതുക്കൽ, മന്നംപുറത്ത് കാവ്, മഡിയൻ കൂലോം തുടങ്ങിയ കലശപെരുങ്കളിയാട്ടങ്ങൾ പ്രസിദ്ധമാണ്. അതത് സ്വരൂപങ്ങളിലെ തെയ്യക്കാലങ്ങൾ അവസാനിക്കുക കലശത്തോടെയാണ്. തളിപ്പറമ്പ് ഭാഗത്ത് മുൻകാലങ്ങളിൽ ഗംഭീരമായി ആഘോഷിക്കപ്പെട്ടതും പിന്നീട് മുടങ്ങിപ്പോയതുമായ ഒരു പെരുങ്കലശമാണ് നേരിയോട്ട് സ്വരൂപത്തിന്റെ കുറ്റ്യേരി സോമേശ്വരി ക്ഷേത്രത്തിലെ കലശം. സ്വരൂപപരദേവതയായ സോമേശ്വരിയും ക്ഷേത്രപാലകനുമാണ് കലശത്തിൽ കെട്ടിയാടുന്ന പ്രധാന തെയ്യങ്ങൾ. ചുഴലി സ്വരൂപത്തിന്റെ കടമ്പേരി പെരുങ്കളിയാട്ടവും ഇത് പോലെ മുടങ്ങിപ്പോയ ഒന്നാണ്.

തളിപ്പറമ്പ് രാജരാജേശ്വരക്ഷേത്രം, തൃച്ചംബരം ശ്രീകൃഷ്ണ ക്ഷേത്രം, കാഞ്ഞിരങ്ങാട് വൈദ്യനാഥ ക്ഷേത്രം എന്നീ മഹാക്ഷേത്രങ്ങൾ പെരിഞ്ചല്ലൂർ ഗ്രാമത്തിന്റെ ആരാധനാകേന്ദ്രങ്ങൾ മാത്രമല്ല അധികാരകേന്ദ്രങ്ങൾ കൂടി ആയിരുന്നിരിക്കണം. തളിപ്പറമ്പ് രാജരാജേശ്വരൻ സ്വരൂപ കർത്താവായിട്ടുള്ള ഒരു സ്വരൂപം പോലെ ആയിരുന്നു പെരിഞ്ചെല്ലൂർ പ്രദേശങ്ങൾ എന്ന് അനുമാനിക്കാം. പെരിഞ്ചല്ലൂർ ബ്രാഹ്മണർ കോലത്തിരിക്കും മേലെ മഹാരാജാവായി കണ്ടത് 'ജഗത്തിങ്കൽ വാഴും മഹാരാജാവ്' ബന്തുക്കോലപ്പനെ (തളിപ്പറമ്പ് രാജരാജേശ്വരൻ, പെരിഞ്ചല്ലൂർ പെരും തൃക്കോവിലപ്പൻ) ആയിരുന്നു. തെയ്യങ്ങളിലെ ഇന്നത്തെ അനുഷ്ഠാനങ്ങളും മൊഴികളും ഏറെക്കുറെ സ്വരൂപവഴക്കങ്ങളിൽ അധിഷ്ഠിതമാണെങ്കിലും കോലസ്വരൂപത്തിൽ തെയ്യങ്ങൾ മൊഴി പറയുമ്പോൾ കോലത്ത് നാല് സ്വരൂപം നാല് കുറ്റി പരദേവതമാരും മുമ്പിനാൽ തമ്പുരാൻ ബന്തുക്കോലപ്പനും എന്ന് പറയാറുണ്ട്. ഇത് പെരിഞ്ചല്ലൂർ ഗ്രാമക്കാരുടെ മേൽക്കോയ്മ അംഗീകരിച്ചത് കൊണ്ടാണോ അതോ ആദികാലത്ത് മൂഷക വംശപ്രമുഖരാൽ സ്ഥാപിതമായതായിരുന്ന പെരിഞ്ചല്ലൂർ ക്ഷേത്രം എന്നത് കൊണ്ടാണോ എന്ന് വ്യക്തമല്ല. എന്തു തന്നെയായാലും കോലത്ത് നാടിന്റെ ചരിത്രത്തിൽ ഏറ്റവും ഉന്നതമായ സ്ഥാനം വഹിക്കുന്ന ഒരു ക്ഷേത്രമാണ് തളിപ്പറമ്പ് പെരുംതൃക്കോവിൽ.

തെക്കൻ കുറ്റി സ്വരൂപം

ചിറക്കൽ കൊട്ടാരം നേരിട്ട് ഭരണം നടത്തിയിരുന്ന പ്രദേശമാണ് തെക്കൻ കുറ്റി സ്വരൂപം. വളപട്ടണം കളരിയാൽ ഭഗവതിയാണ് സ്വരൂപദേവത. ഇന്നത്തെ കണ്ണൂർ - അഴീക്കോട് - കൊളച്ചേരി മുതലായ വളപട്ടണം പുഴയുടെ തെക്കൻ തീരപ്രദേശങ്ങളെല്ലാം ഈ ഭരണ മേഖലയിലാണ്. പുതിയഭഗവതിക്കളിയാട്ടങ്ങൾക്ക് വളരെ പ്രാധാന്യമുള്ള ഒരു മേഖലയാണ് ഇത്. ഈ സ്വരൂപത്തിൽ വയനാട്ട് കുലവനും വളരെ പ്രാധാന്യമുള്ളതായി കാണാം. കണ്ണൂർ പ്രദേശത്തെ വയനാട്ട് കുലവൻ കാണേണ്ട കാഴ്ച തന്നെയാണ്. വയനാട്ട് കുലവൻ ദൈവത്തിന്റെ കഥയിലെ പ്രധാന സംഭവങ്ങൾ മിക്കതും നടക്കുന്നത് ഈ സ്വരൂപത്തിലാണ്. ദൈവത്തിന്റെ വാളോർ പെരുങ്കളരി കളരി വാതുക്കൽ ക്ഷേത്രവുമായും വളപട്ടണം കോട്ടയുമായും ബന്ധപ്പെട്ട് കിടക്കുന്നു. പാലോട്ട് ദൈവത്തിന്റെ ആരൂഢസ്ഥാനമായ അഴീക്കോട് പാലോട്ട് കാവ്, പ്രധാന മുച്ചിലോട്ടുകളിലൊന്നായ വളപട്ടണം മുച്ചി ലോട്ട്, വിഷ്ണുമൂർത്തിയ്ക്ക് പ്രാധാന്യമുള്ള ചിറക്കൽ ചാമുണ്ഡി കോട്ടം, ശ്രീ കുറുംബയുടെ പ്രധാന സ്ഥാനങ്ങളിലൊന്നായ കൊറ്റാളിക്കാവ്, ഇടങ്ക വിഭാഗം ശാലിയരുടെ തെക്കേ അറ്റത്തെ തെരുവായ പട്ടുവത്തെരു, ഉത്തരകേരളത്തിലെ കളിയാട്ടങ്ങൾക്ക് തുടക്കം കുറിക്കുന്ന ചാത്തമ്പള്ളി വിഷകണ്ഠൻ കാവ് തുടങ്ങിയ ദേവസ്ഥാനങ്ങൾ ഈ സ്വരൂപത്തിലാണ്. കളരിവാതുക്കലെ പെരുംകലശത്തിൽ കളരിയാൽ ഭഗവതിയുടെ മുടി താഴുന്നതോടെ ഈ പ്രദേശങ്ങളിലെ തെയ്യാട്ടങ്ങൾക്ക് അവസാനമാകും.

വടക്കൻ കുറ്റി സ്വരൂപം

ചെറുകുന്ന് മുക്കാതം നാട്ടു മുതൽ വടക്ക് പയ്യന്നൂർ, കരിവെള്ളൂർ വരെ വ്യാപിച്ചു കിടക്കുന്നതാണ് വടക്കൻ കുറ്റി സ്വരൂപം. ഏഴോം പഞ്ചായ ത്തിലെ അട്ടത്തില ഉള്ള കോലത്തിരി താവഴിയുടെ കൂറു വാഴ്ച്ച ആണ് ഇവിടെ. പഴയങ്ങാടിക്കടുത്തുള്ള മാടായിക്കാവിലെ ശ്രീ തിരുവർകാട്ട് ഭഗവതിയാണ് സ്വരൂപദേവത. കോലത്തുനാടിന്റെ തന്നെ അമ്മയും പരമാധികാരിയുമാണ് ഈ കോലം തികഞ്ഞ മാതാവ്. കോലസ്വരൂപ ത്തിങ്കൽ തായ് ആയ ഈ ഭഗവതിയുടെ ഒരു വിശേഷണം ആണ് ' ആറു നാട്ടിൽ നൂറു വേഷം നൂറ്റെട്ടവതാരം ആയിരത്തൊന്ന് കളിയാമ്പള്ളി ' എന്നത്. മാടായി തിരുവർകാട്ട് കാവിലെ കലശത്തിന് ഭഗവതിയുടെ കോലം അണിയേണ്ടത് മാടായിപ്പെരുവണ്ണാനാണ്.

തിരുവർക്കാട്ട് ഭഗവതിയ്ക്ക് പ്രാധാന്യം ഉള്ളതിനാൽ തായിസൊരൂപം എന്ന് കൂടി ഈ സ്വരൂപത്തെ വിളിക്കാറുണ്ട്. തായിക്ക് പ്രാധാന്യം ഉള്ള അനേകം കൂലോങ്ങളും മോലോങ്ങളും കാവുകളും ഇവിടുണ്ട്.

കീഴറക്കുലോം, തെക്കമ്പാട് കൂലോം, പട്ടുവം കുഞ്ഞിമതിലകം, മാടായിക്കാവ്, ചേനാൻകാവ്, അടുകുന്നത്ത് കാവ്, ചാമക്കാവ്, കോയിത്തിടിൽ മോലോം, എട്ടിക്കുളത്ത് കാവ്, ചെറുതാഴം മഠത്തിൽ കാവ്, അറത്തിൽ ശ്രീ ഭദ്രപുരം, കുന്നരു ശ്രീ പാറോൽക്കാവ്, അരവഞ്ചാൽ കാവ്, കുഞ്ഞിമംഗലം പൊങ്ങിലാട്ട് കാവ്, കല്ലന്താറ്റ് കളരി, ചെറുതാഴം ഉദയപുരം ക്ഷേത്രത്തിലെ നടയിലാട്ട് നടക്കുന്ന മുണ്ടയാട്ട് കാവ്, തവിടിശ്ശേരിക്കാവ് എന്നിവ ഉദാഹരണമാണ്. നാൽപ്പത്തീരടി തിരുമുടി വയ്ക്കുന്ന പ്രധാന ചില സ്ഥലങ്ങൾ ആണ് പൊങ്ങിലാട്ട് കാവ് (വല്ലാർക്കുളങ്ങര ഭഗവതി), ചാമക്കാവ് (തിരുവർക്കാട്ട് ഭഗവതി), മാടായിക്കാവ് (തിരുവർക്കാട്ട് ഭഗവതി), എട്ടിക്കുളത്ത് കാവ് (എട്ടിക്കുളത്ത് ഭഗവതി), കുഞ്ഞിമംഗലം കല്ലന്താറ്റ് കളരി (കല്ലന്താറ്റ് ഭഗവതി, കളരിയാൽ ഭഗവതി), വെങ്ങര കുട്ടിക്കരക്കാവ് (കുട്ടിക്കര ഭഗവതി, വല്ലാർക്കുളങ്ങര ഭഗവതി, സോമേശ്വരി), മണ്ടൂർ പടിഞ്ഞാറ്റ (തിരുവർക്കാട്ട് ഭഗവതി, പടക്കത്തി ഭഗവതി), എടനാട് തിരുവർക്കാട്ട് കാവ് (തിരുവർക്കാട്ട് ഭഗവതി, കളരിയാൽ ഭഗവതി), കുഞ്ഞിമംഗലം വടക്കൻ കൊവ്വൽ (പടക്കത്തി ഭഗവതി). മാടായിക്കാവിലും കുഞ്ഞിമംഗലത്തും കുന്നരുവിലും കെട്ടിക്കോലം ഉണ്ടായിരുന്ന വീരചാമുണ്ഡിയമ്മയ്ക്കും നാൽപ്പത്തീരടി തിരുമുടി തന്നെയായിരുന്നിരിക്കണം.

വടക്കൻ കുറ്റി സ്വരൂപത്തിൽ പഴയങ്ങാടി പുഴയ്ക്ക് വടക്കും തെക്കും (പഴയങ്ങാടി പുഴയ്ക്ക് തെക്കുള്ള പട്ടുവം, ചെറുകുന്ന്, കണ്ണപുരം മുതലായ പ്രദേശങ്ങൾ) രണ്ട് തരത്തിലുള്ള സ്വരൂപാചാരങ്ങൾ കാണാമെന്നത് ഒരു സവിഷേതയാണ്. അതുപോലെ പഴയങ്ങാടി പുഴയ്ക്കും പെരുമ്പപ്പുഴയ്ക്കും ഇടയിലുള്ള മാടായി, ഏഴോം, ചെറുതാഴം, കുഞ്ഞിമംഗലം, രാമന്തളി എന്നീ പ്രദേശങ്ങളിൽ നിന്ന് ഒരൽപം വ്യത്യാസം പെരുമ്പപ്പുഴയ്ക്ക് വടക്കുള്ള പയ്യന്നൂർ പ്രദേശങ്ങളിൽ കാണാം. മാടായി ഏഴോം പ്രദേശങ്ങളെ കുഞ്ഞിമംഗലം ചെറുതാഴം പ്രദേശങ്ങളിൽ നിന്ന് വേർതിരിക്കുന്ന രാമപുരം പുഴയുടെ ഇരുകരകളിലും നേരിയ വ്യത്യാസങ്ങൾ കാണാം. രാമപുരം പുഴയ്ക്ക് തെക്കുള്ള ഏഴോം മാടായി പ്രദേശങ്ങളിൽ പുതിയ ഭഗവതി സ്ഥാനങ്ങൾ ഒരുപാട് കാണപ്പെടുന്നു. പക്ഷേ, പുഴയ്ക്ക് വടക്കുള്ള ഭാഗങ്ങളിൽ പുതിയോതിക്കളിയാട്ടങ്ങൾ കുറവാണ്. പയ്യന്നൂർ ഭാഗങ്ങളിൽ നിന്ന് കരിവെള്ളൂർ പ്രദേശവും തെയ്യം അനുഷ്ഠാനങ്ങളിൽ വ്യത്യസ്തത പുലർത്തുന്നുണ്ട്. അള്ളടസ്വരൂപത്തോട് ചേർന്ന് കിടക്കുന്നതിനാൽ അതിന്റെ സ്വാധീനവും ഉണ്ട്. ഇത്തരത്തിൽ മൂന്നോ നാലോ രീതികളിൽ തെയ്യം ഇവിടെ അനുഭവവേദ്യമാണ്. പെരുമ്പക്കടവിന് തെക്കും വടക്കും പുതിയ ഭഗവതി രണ്ട് സമ്പ്രദായത്തിലാണ്. എന്തുതന്നെയായാലും പെരുമ്പക്കടവിന് തെക്ക് നാട്ടുപരദേവത എന്ന നിലയിൽ പുതിയ ഭഗവതിക്ക് വലിയ സ്ഥാനം ഉണ്ട്.

വടക്കൻ കുറ്റി സ്വരൂപത്തിലെ ചില ദേശങ്ങളിൽ അവിടുത്തെ ദേവതയ്ക്ക് സ്വരൂപദേവതയോളം പ്രാധാന്യം വരുന്നതായി കാണാം. പട്ടുവം ദേശം ഉൾപ്പെടുന്ന പട്ടുവം മുക്കാതം നാട്ടിൽ കുളൂൽ മാതാവിനും പഞ്ചുരുളിയമ്മയ്ക്കും മഡിയൻ ക്ഷേത്രപാലകനും വലിയ പ്രാധാന്യം ഉണ്ട്. വലിയ മതിലകം, കുഞ്ഞിമതിലകം, പട്ടുവം വടക്കേകാവ് എന്നീ മൂന്ന് സ്ഥാനങ്ങളിലായി നടത്തപ്പെടുന്ന കളിയാട്ടം വളരെ പ്രസിദ്ധമാണ്. പട്ടുവം പെരുമലയൻ എന്ന വിശേഷപ്പെട്ട ആചാരസ്ഥാനം വഹിക്കുന്ന സ്ഥാനികനാണ് പഞ്ചുരുളിയമ്മയുടെ കോലം ധരിക്കേണ്ടത്. തെയ്യ പ്രപഞ്ചത്തിൽ മറ്റെങ്ങുമില്ലാത്ത വ്രതാനുഷ്ഠാനവും ഭക്തിനിർഭരമായ ചടങ്ങുകളും ഇവിടുത്തെ പ്രത്യേകതയാണ്. പട്ടുവം വലിയമതിലകം കുഞ്ഞിമതിലകം ക്ഷേത്രങ്ങൾക്ക് പട്ടുവം പെരുങ്കുലോം എന്ന പേര് കൂടിയുള്ളതായി ചില തോറ്റംപാട്ടുകൾ, മുമ്പുസ്ഥാനങ്ങൾ എന്നിവയിൽ നിന്ന് മനസ്സിലാക്കാൻ സാധിച്ചിട്ടുണ്ട്. കീഴറ, തെക്കുമ്പാട് കുലോങ്ങ ളേയും പെരുങ്കുലോം എന്ന് വിശേഷിപ്പിച്ചിട്ടുണ്ട്. തെക്കൻ മലബാറിൽ കോവിലകം എന്നത് ലോപിച്ച് കോലോം എന്ന് പറയുന്നത് പോലെ വടക്കൻ മലബാറിൽ കുവിലകം എന്ന വാക്ക് ലോപിച്ച് ആയിരിക്കണം കുലോം എന്ന പ്രയോഗമുണ്ടായത്. അള്ളടസ്വരൂപത്തിലുണ്ടായിരുന്ന എട്ട് കടക്കൽ പ്രഭുക്കൻമാർക്കൊക്കെ കുവിലുകൾ ആയിരുന്നു അധി കാരകേന്ദ്രം. കോവിലകം എന്ന വാക്കിനേക്കാൾ കുവിലകം എന്നാ യിരിക്കണം വടക്കൻ മലബാറിൽ പറഞ്ഞുവന്നിരുന്നത് എന്ന് ഇതിൽ നിന്ന് മനസ്സിലാക്കാം. കുലോങ്ങൾ ഭഗവതി ആരാധനാകേന്ദ്രങ്ങളും സ്വരൂപവ്യവസ്ഥിതിയുടെ ഭാഗമായ അധികാരകേന്ദ്രങ്ങളുമായിരുന്നു.

താവം, ചെറുകുന്ന്, ഇരിണാവ്, കണ്ണപുരം മുതലായ പ്രദേശങ്ങൾ ഉൾപ്പെടുന്ന ചെറുകുന്ന് മുക്കാതം നാട്ടിൽ ആഗ്രശാലാ മാതാവിന് പ്രാധാന്യമേറുന്നതായി കാണാം (ചെറുകുന്നത്തമ്മ). അതുപോലെ കുഞ്ഞിമംഗലം ദേശത്തിന്റെ അധിദേവത വീരചാമുണ്ഡിയമ്മയാണ്. കുഞ്ഞിമംഗലം മോലോം, കുന്നരു മുട്ടത്ത് കുലോം വീരചാമുണ്ഡി ക്ഷേത്രം, അന്നൂർ വീരചാമുണ്ഡി ക്ഷേത്രം മുതലായ സ്ഥാനങ്ങൾ പ്രധാനം ആണ്. മുൻകാലത്ത് മാടായിക്കാവിലും കുഞ്ഞിമംഗലം മോലോത്തും വീരചാമു ണ്ഡിയമ്മയുടെ കോലം ഉണ്ടായിരുന്നു എങ്കിലും പിൽക്കാലത്ത് അത് മുടങ്ങിയിരിക്കുകയാണ്. ഏഴിമല ചിങ്കം എന്ന ആചാര സ്ഥാനികനാണ് വീരചാമുണ്ഡിയമ്മയുടെ കോലം അണിയേണ്ടത്. കുന്നരു പള്ളിക്കര അമ്പലത്തിലെ പെരുങ്കളിയാട്ടത്തിൽ പ്രധാന കോലം പള്ളിക്കര ഭഗവതി എന്ന വീരചാമുണ്ഡിയമ്മയാണ്.

കോലത്ത്നാട്ടിൽ അങ്ങോളമിങ്ങോളം പല രൂപനാമഭാവാദി കളിൽ കെട്ടിയാടപ്പെടുന്ന ശ്രീ ഭദ്രകാളിയുടെ ആദിമൂലസ്ഥാനമാണ്

മാടായിക്കാവ്. ഇവിടുത്തെ പെരുങ്കലശത്തോടെ വടക്കൻ കുറ്റി സ്വരൂപത്തിലെ കളിയാട്ടങ്ങൾക്ക് അവസാനമാകും. നീലേശ്വരം മന്നംപുറത്ത് കാവിലും ഇതേ പേരിലാണ് അമ്മ ഉള്ളത്.

കോലനൻമലനാടിനഴകായ് നെറ്റിപ്പട്ടം കെട്ടിയ ഗജവീരന്റ തലയെടുപ്പോടെ അറബിക്കടലിനഭിമുഖമായ് നിൽക്കുന്ന ഏഴിമല ഈ സ്വരൂപത്തിലാണ്. ആര്യറ് നാട്ടിൽ നിന്നും പൂമാല ഭഗവതിയും മറ്റ് ദേവതമാരും മരക്കലത്തിൽ വന്നിറങ്ങിയതിവിടെയാണ്. പൂമാലയുടെ ആദിസ്ഥാനമായ കുറുവന്തട്ട കഴകം ഈ മലഞ്ചെരുവിലാണ്. പതിനൊന്ന് കണ്ണങ്ങാട്ടുകളും പെരുങ്കളിയാട്ടങ്ങൾ നടക്കുന്ന മുച്ചിലോട്ടുകളും ഈ സ്വരൂപത്തിലുണ്ട്. കണ്ണങ്ങാട്ടുകളിലെ പ്രധാന ദേവത കണ്ണങ്ങാട്ട് ഭഗവതിയും മുച്ചിലോട്ടുകളിലെ പ്രധാന ദേവത മുച്ചിലോട്ട് ഭഗവതിയുമാണ്. മണിയാണി സമുദായത്തിന്റെ പ്രധാന ആരാധനാ കേന്ദ്രങ്ങളാണ് കണ്ണങ്ങാട്ട് കാവുകൾ.

വടക്കൻ കുറ്റി സ്വരൂപത്തിൽ പഴയങ്ങാടി പുഴയ്ക്ക് വടക്കുള്ള പ്രദേശങ്ങളിൽ മാടായി, കടന്നപ്പള്ളി മുച്ചിലോട്ടുകൾ ഒഴികെ എല്ലാ മുച്ചിലോട്ടുകളിലും പെരുങ്കളിയാട്ടം ആണ്. കൂടാതെ വിശ്വകർമ്മ സമുദായത്തിന്റേതായി വടക്കൻ കൊവ്വൽ, മണ്ടൂർ പടിഞ്ഞാറ്റ, വെള്ളാരങ്കര എന്നീ സ്ഥാനങ്ങളും മണിയാണി സമുദായത്തിന് എടനാട് തിരുവർകാട്ട് ഭഗവതി സ്ഥാനവും (കുഞ്ഞിക്കണ്ണങ്ങാട്ട്) കാപ്പാട്ട് കഴകവും പെരുങ്കളിയാട്ട സ്ഥലങ്ങളായി ഉണ്ട്. നായർ സമുദായത്തിന്റെ സ്ഥാനങ്ങളിൽ പെരുങ്കളിയാട്ടം പതിവില്ല. തറവാട്ട് കളിയാട്ടങ്ങളും വേട്ടയ്ക്കൊരുമകൻ കളിയാട്ടങ്ങളും ആണ് കൂടുതൽ. വേട്ടയ്ക്കൊരുമകന്റെ ചില പ്രധാന സ്ഥാനങ്ങൾ ഈ സ്വരൂപത്തിലുണ്ട്. മാടായി വേട്ടയ്ക്കൊരുമകൻ ക്ഷേത്രം (കരിപ്പൂരം വെള്ളി), ചെറുകുന്ന് ഒതയമ്മാടം, ചെങ്ങൽ വേട്ടയ്ക്കൊരുമകൻ ക്ഷേത്രം, ശ്രീ മാന്യമംഗലം, രാമന്തളി താവുരിയാട്ട് കോട്ടം, കൊട്ടണച്ചേരി മഹാക്ഷേത്രം എന്നിവ പ്രധാനമാണ്. ഇതിൽ കൊട്ടണച്ചേരി മഹാക്ഷേത്രം തീയസമുദായത്തിന്റേയും മറ്റ് ക്ഷേത്രങ്ങൾ നായന്മാരുടേയും ആണ്.

ചെറുതാഴം ദേശത്ത് ബ്രാഹ്മണ ഗൃഹങ്ങളിൽ ഒട്ടുമിക്കയിടങ്ങളിലും കളിയാട്ടം പതിവുണ്ട്. കവടിയങ്ങാനത്ത് രക്തേശ്വരി, പേർക്കുളങ്ങര ഭഗവതി തുടങ്ങിയ ദൈവങ്ങളെ പ്രധാനമായി കെട്ടിയാടിക്കുന്നു. ചെറുതാഴം അതിയടം ഭാഗത്തെ മറ്റൊരു പ്രധാന തെയ്യമാണ് വീരഞ്ചിറ ഭഗവതി.

കക്കറ ഭഗവതി, നരമ്പിൽ ഭഗവതി, പുതിയ ഭഗവതി, വീരഞ്ചിറ ഭഗവതി, ഉറന്നിടത്ത് ചാൽ ഭഗവതി, അത്യന്നത്ത് ഭഗവതി, കാട്ടുചിറക്കൽ ഭഗവതി, ആറളത്ത് ഭഗവതി, മമ്പള്ളി ഭഗവതി, പ്രമാഞ്ചേരി

ഭഗവതി, പേർക്കളങ്ങര ഭഗവതി, ചീർങ്ങോട്ട് ഭഗവതി, ഉളിയാങ്ങ ഭഗവതി, തോട്ടുംകര ഭഗവതി, മാങ്കുളങ്ങര ഭഗവതി, ചാലിൽ തോട്ടുംകര ഭഗവതി, ചിടയാർകുളങ്ങര ഭഗവതി തുടങ്ങി വട്ടമുടിയും പന്തങ്ങളും വച്ച അനേകം ഉഗ്രമൂർത്തികൾ ഏഴോം ചെറുതാഴം കുഞ്ഞിമംഗലം ഭാഗങ്ങളിൽ കെട്ടിയാടിക്കുന്നു. അതിയടം പാലോട്ട് കാവ്, മല്ലിയോട്ട് പാലോട്ട് കാവ്, ചെറുകുന്ന് അന്നപൂർണേശ്വരി ക്ഷേത്രം എന്നിവിടങ്ങളിലെ വിഷുവിളക്കുത്സവങ്ങൾ പ്രശസ്തവും ജനപങ്കാളിത്തം കൊണ്ട് ശ്രദ്ധേയവുമാണ്. പൂമാല ഭഗവതിയുടെ പ്രധാന സ്ഥാനങ്ങളായ കുറുവന്തട്ട കഴകം, വയലപ്ര അണീക്കര പൂമാലക്കാവ്, കുഞ്ഞിമംഗലം അണീക്കര, കുന്നരു കുഞ്ഞണീക്കര, തലയന്നേരി പൂമാലക്കാവ്, പട്ടുവം പൂമാലക്കാവ് തുടങ്ങിയ പൂമാലക്കാവുകൾ പാട്ടുത്സവങ്ങൾക്കും പൂരാഘോഷങ്ങൾക്കും പ്രസിദ്ധമാണ്.

വിഷ്ണുമൂർത്തിയുടെ ആരൂഢം അള്ളടത്ത് ദേശം ആണെങ്കിലും കോലസ്വരൂപത്തിലും നല്ല പ്രാധാന്യം കൽപിച്ച് വരുന്നു. അടുത്തില പള്ളിക്കോവിലകവുമായി ബന്ധപ്പെട്ട അടുത്തില ചാമുണ്ഡിക്കോട്ടത്തും ചിറക്കൽ കോവിലകവുമായി ബന്ധപ്പെട്ട ചിറക്കൽ ചാമുണ്ഡി കോട്ടത്തും മുപ്പത്തൈവർക്കും സങ്കൽപമുണ്ടെങ്കിലും വിഷ്ണുമൂർത്തിക്കാണ് പ്രാധാന്യം. ചിറക്കൽ ചാമുണ്ഡിക്കോട്ടത്തിന്റേയും ചിറക്കൽ കോവിലകത്തിന്റേയും മൂലാരൂഢം യഥാക്രമം അടുത്തില ചാമുണ്ടിക്കോട്ടവും പള്ളിക്കോവിലകവുമാണ്. പള്ളിക്കോവിലകവുമായും അടുത്തില ചാമുണ്ഡികോട്ടവുമായും ബന്ധപ്പെട്ടാണോ പള്ളിചിത്രപീഠം എന്ന സങ്കൽപമുണ്ടായത് എന്ന സാധ്യത പഠനവിഷയമാക്കേണ്ടതാണ്. അടുത്തില ചാമുണ്ഡിക്കോട്ടത്തെ വിഷ്ണുമൂർത്തിയുടെ അവകാശിയായ പെരുമലയന്റെ സ്ഥാനപ്പേരും അടുത്തില പള്ളിപ്പെരുമലയൻ എന്നാണ്. വിഷ്ണുമൂർത്തിയുടെ തീക്കോലം ആയ തീച്ചാമുണ്ഡി / ഒറ്റക്കോലം ആണ് ഇവിടെ കെട്ടിയാടുന്നത്. ഒറ്റക്കോലത്തിന്റെ ഭാഗമായി മാടായിക്കാവിൽ നിന്നുള്ള ആവേശഭരിതമായ ഉച്ചത്തോറ്റം തൊഴുതുവരവ് പഴയങ്ങാടി പ്രദേശത്തിന്റെ ഒരു സവിഷേതയാണ്. എഴോം, ചെങ്ങൽ, മാടായി, വെങ്ങര, അടുത്തില, ചെറുതാഴം മുതലായ മാടായിക്കാവിന്റെ പരിധിയിലുള്ള പ്രദേശങ്ങളിൽ ഒറ്റക്കോലം നടക്കുമ്പോൾ ഇതുപോലെ തൊഴുത് വരവുണ്ട്.

ചെങ്ങൽ കുണ്ടത്തിൻ കാവ്, മാതമംഗലം നീലിയാർ കോട്ടം, തായിനേരി കുറിഞ്ഞിയറ തുടങ്ങിയ സ്ഥാനങ്ങളിലെ ഒറ്റക്കോലം വളരെ പ്രസിദ്ധമാണ്. വടക്കൻ കുറ്റി സ്വരൂപത്തിലാണ് പ്രധാനമായും വിഷ്ണുമൂർത്തിയ്ക്ക് രണ്ട് തോറ്റം ഉള്ളത്, ഉച്ചത്തോറ്റവും അന്തിത്തോറ്റവും. പയ്യന്നൂർ ഭാഗത്ത് കുറിഞ്ഞി, കുഞ്ഞിമംഗലം അണീക്കര, കരിവെള്ളൂർ

വാണിയില്ലം തുടങ്ങിയ സ്ഥാനങ്ങളിൽ വിഷ്ണുമൂർത്തി-ചാമുണ്ഡിമാർക്ക് ഉച്ചത്തോറ്റവും അന്തിത്തോറ്റവും എഴുന്നള്ളത്തും ഉണ്ട്. കുറിഞ്ഞിയിലെ മടയിൽ ചാമുണ്ഡി, വിഷ്ണുമൂർത്തി, രക്തചാമുണ്ഡി തോറ്റങ്ങൾ ഒരുമിച്ചുള്ള എഴുന്നള്ളത്ത് അതിമനോഹരമായ ഒരു കാഴ്ചയാണ്.

വടക്കൻ കുറ്റി സ്വരൂപത്തിലും തൊട്ട് വടക്കുള്ള അള്ളട സ്വരൂപത്തിലുമാണ് തെയ്യങ്ങളെ അതിന്റെ തനിമയിൽ ദർശിക്കാനാവുക. കൃത്യമായി സ്വരൂപാതിർത്തി നിർണയിക്കാൻ പറ്റുന്നതും സ്വരൂപാചാരങ്ങൾ ഏകരൂപേണ പാലിക്കപ്പെടുന്നതും താരതമ്യേന പുതുതായി രൂപം കൊണ്ട അള്ളട സ്വരൂപത്തിലാണ്.

അള്ളട സ്വരൂപം

ഒളവറ പുഴ മുതൽ ചിത്താരി പുഴ (തൃക്കരിപ്പൂർ - ചെറുവത്തൂർ - നീലേശ്വരം - കാഞ്ഞങ്ങാട്) വരെയാണ് അള്ളട സ്വരൂപം. അള്ളട സ്വരൂപം താരതമ്യേന പുതുതായി രൂപം കൊണ്ടതാണ്. ക്ഷേത്രപാലകൻ, വൈരജാതൻ, വേട്ടയ്ക്കൊരു മകൻ തുടങ്ങിയ ഈശ്വരൻമാരുടെ വടക്കോട്ടുള്ള ആഗമന ചരിത്രവുമായി ബന്ധപ്പെട്ടാണ് അള്ളടസ്വരൂപ രൂപവത്കരണം. സാമൂതിരിയുടെ തായ്‌വഴിയിൽ പെട്ട തമ്പുരാട്ടിയും കോലത്തിരി കുടുംബത്തിലെ ഒരു ഇളമുറത്തമ്പുരാനും വിവാഹിതരായതിനെ തുടർന്ന് അവർക്ക് രാജ്യഭരണം നടത്താനായി എട്ട് കുടക്കൽ പ്രഭുക്കന്മാർ വാഴുന്ന അള്ളടം മുക്കാതം നാട് വെട്ടിയൊഴിപ്പിക്കാൻ പടനായൻമാരുടെ വേഷത്തിൽ മൂവർ ഈശ്വരൻമാർ തെക്ക് നിന്ന് പട നയിക്കുകയും പയ്യന്നൂർ പെരുമാളുടെ അനുഗ്രഹാശിസ്സുകളോടെ കാര്യസാദ്ധ്യം നടത്തുകയും ചെയ്തു എന്നാണ് ഐതിഹ്യം. അതിനാൽ തന്നെ മൂവർ ഈശ്വരൻമാർക്ക് അള്ളടത്തിൽ അതിപ്രാധാന്യമുണ്ട്. സ്വരൂപരൂപീകരണത്തിനു ശേഷം അള്ളടസ്വരൂപത്തിന്നും അഴകതായ് നിന്ന ദൈവം വമ്പരിൽ മുമ്പനാം തമ്പുരാൻ വൈരജാതൻ (വീരഭദ്രൻ) കമ്പിക്കാത്തിടത്തിലും ക്ഷേത്രപാലകൻ മഡിയൻ കൂലോത്തും വേട്ടയ്ക്കൊരുമകൻ നീലേശ്വരം കോട്ടത്തും സ്ഥാനമുറപ്പിച്ചു. മഡിയൻ ക്ഷേത്രപാലകനും കാളരാത്രിയമ്മയും ആണ് സ്വരൂപദേവതമാർ. നീലേശ്വരം രാജാവിന് (മുപ്പതിനായിരപ്രഭു) ആണ് സ്വരൂപഭരണം.

പഴയങ്ങാടി പുഴയ്ക്കും (വടക്കൻ കുറ്റി) ചിത്താരിപ്പുഴയ്ക്കും (കാഞ്ഞങ്ങാട്, അള്ളടം) ഇടയിലുള്ള കോലങ്ങളുടെ രൂപഭാവാദികൾ, ചടങ്ങുകൾ എന്നിവയിലൊക്കെ ഒരുപാട് സാദൃശ്യം കാണാം. തീയ്യ സമുദായത്തിന്റെ പെരുംകഴകങ്ങളായ തുരുത്തി ശ്രീ നിലമംഗലത്ത് ഭഗവതീ ക്ഷേത്രവും രാമവില്യം കഴകവും ഈ സ്വരൂപത്തിലാണ്. പെരുങ്കളിയാട്ടങ്ങളുടെ പെരുങ്കളിയാട്ടമാണ് ഇവിടെ നടക്കുന്നത്. വടക്കൻ കുറ്റി

സ്വരൂപത്തിലേത് പോലെ തന്നെ പൂമാലക്കാവുകളും പാട്ടുത്സവങ്ങളും ഇവിടങ്ങളിലും അഴക് ചേർക്കുന്നുണ്ട്.

പെരുങ്കളിയാട്ടങ്ങളും ഈശ്വരന്മാരുടെ മൂവാണ്ടു കളിയാട്ടങ്ങളു മാണ് ഈ സ്വരൂപത്തിന്റെ പ്രധാന ആകർഷണം. ചെറുവത്തൂർ കുന്നിന് താഴത്ത് ലോകർ സംഘം കമ്പിക്കാത്ത് മാടം, ചെറുവത്തൂർ വയലാച്ചേരി മാടം, തൃക്കരിപ്പൂർ തങ്കയം മാടത്തിൻ കീഴിൽ ശ്രീ വൈര ജാതക്ഷേത്രം, തൃക്കരിപ്പൂർ പറമ്പത്തറ വരിക്കീൽ മാടം, പിലിക്കോട് കൊട്ടുമ്പുറം, നീലേശ്വരം പട്ടേൻ മാടം, ശങ്കരമംഗലം ഇല്ലം, ചാത്തമത്ത് മാടം, കക്കാട്ട് ഒതയമ്മാടം, കണിക്കുലോം, ചെറളൻ വീട്, ചേടിക്കുള ങ്ങര വണ്ണത്താൻ തറവാട്, ചാലക്കാട്ട് മാടം, മേലേരിപ്പ് വീരഭദ്രക്ഷേ ത്രം, പാലാട്ട് തറവാട്, വേങ്ങയിൽ തറവാട്, അട്ക്കത്തായർ ഇല്ലം, ചെറുതാഴം മാടത്തിൻ കീഴിൽ തുടങ്ങിയ ക്ഷേത്രങ്ങളിലും തറവാട്ടുകളി ലുമാണ് വൈരജാതനീശ്വരന്റെ തിറയുള്ളത്. ഇതിൽ ഏറ്റവും പ്രധാനം ചെറുവത്തൂർ ശ്രീ കമ്പിക്കാത്ത് മാടം തന്നെ. കമ്പിക്കാത്ത് നായർ തറവാടിന്റെ മൂന്ന് താവഴികളായ കീഴലത്ത് കമ്പിക്കാത്ത്, വയലാച്ചേരി കമ്പിക്കാത്ത്, കല്ലറ കമ്പിക്കാത്ത് എന്നീ തറവാട്ടുകളിൽ നിന്നുള്ള മൂന്ന് നമ്പ്യാരും കമ്പിക്കാത്ത് തറവാട്ടുകളിലെ ഏറ്റവും മൂത്തയാളായ കമ്മളും കൊക്കിനി തറവാട്ടിൽ നിന്നുള്ള ഒരു കമ്മളുമാണ് വൈരജാ തന്റെ പ്രധാന ആചാരക്കാർ. മൂന്ന് നമ്പ്യാൻമാരിൽ മൂത്തയാളാണ് കമ്മൾ ആവുക. ഇവരേയും ചെറുവത്തൂർ തറയിലെ 72 തറവാട്ടുകളേ യും ചേർത്താണ് ഇരുവരും മൂവരും കുന്നിന് താഴത്ത് ലോകരും എന്ന് പറയുക (ലോകരിൽ ഒരു തറവാട് തീയ്യത്തറവാട്ടും ബാക്കിയെല്ലാം നായർ തറവാട്ടുകളുമാണ്).

അള്ളടസ്വരൂപത്തിൽ മൂവർ ഈശ്വരന്മാരുടെ കോലമണിയാൻ പ്രത്യേകം ആചാരസ്ഥാനികരുണ്ട്. ചെറുവത്തൂർ നേണിക്കം എന്ന ആചാരക്കാരൻ ആണ് ചെറുവത്തൂർ മാടത്തിൽ വൈരജാതൻ ഈശ്വ രന്റെ കോലമണിയേണ്ടത്. മന്നംപുറത്ത് കാവിലും ഉത്തമന്തിലും ക്ഷേത്രപാലകന്റെ കോലമണിയേണ്ടത് കിണാവൂർ നേണിക്കമാണ്. കമ്മാടത്ത് കാവിലെ കമ്മാടത്ത് ഭഗവതിയും കിണാവൂർ നേണിക്ക ത്തിന്റെ പ്രധാന കോലമാണ്. സ്വരൂപാധിപനായ ക്ഷേത്രപാലകൻ പൂർണമായ ചടങ്ങുകളോടെ കെട്ടിയാടുന്നത് ഉദിനൂർ കൂലോത്തിനടുത്തു ള്ള ഉത്തമന്തിൽ ക്ഷേത്രപാലക ക്ഷേത്രത്തിലാണ്. മൂവാണ്ട് കളിയാട്ടം തന്നെയാണിവിടെയും. കളിയാട്ടത്തിന് മുന്നോടിയായി പയ്യന്നൂർ സുബ്രഹ്മണ്യക്ഷേത്രത്തിൽ നിന്ന് കോലധാരിയുടെ തൊഴുതുവരവുണ്ട്.

വടക്കൻ കറ്റി സ്വരൂപത്തിൽ പ്രധാനമായും വാണിയ സമുദായ ത്തിന്റെ മുച്ചിലോട്ട് പെരുങ്കളിയാട്ടങ്ങൾ ആണ് കൂടുതലായി ഉള്ളത്

എങ്കിൽ അള്ളടസ്വരൂപത്തിൽ തീയ, മണിയാണി, വാണിയ, വിശ്വകർമ്മ സമുദായങ്ങൾക്കൊക്കെ ധാരാളം പെരുങ്കളിയാട്ടക്കാവുകൾ ഉണ്ട്. മണിയാണി സമുദായത്തിന്റെ കണ്ണമംഗലം, മുളവന്നൂർ കഴകങ്ങൾ ഈ സ്വരൂപത്തിലാണ്. തുളുനാട്ടിൽ നിന്നും പാലന്തായി കണ്ണനോടൊപ്പം വന്ന് നാടായ നാട്ടിലൊക്കെ സ്ഥാനം നേടിയ പരദേവത വിഷ്ണുമൂർത്തിയുടെ അങ്ങാടിക്കോട്ടപ്പുറം അടക്കമുള്ള പ്രധാന സ്ഥാനങ്ങളൊക്കെയും ഈ സ്വരൂപത്തിലാണ്. തെയ്യച്ചടങ്ങുകളും ആചാരാനുഷ്ഠാനങ്ങളും കൃത്യമായി പാലിക്കാനുള്ള സന്നദ്ധത ഈ സ്വരൂപത്തിന്റെ ഒരു പ്രധാന സവിശേഷതയാണ്. താനങ്ങളേയും കഴകങ്ങളേയും ജീവനും ശ്വാസവുമായി കാണുന്ന ആചാരക്കാരും വെളിച്ചപ്പാടന്മാരും അള്ളടസ്വരൂപത്തെ തെയ്യപ്രപഞ്ചത്തിൽ വേറിട്ടുനിർത്തുന്നു. ഇവിടുത്തെ കളിയാട്ടങ്ങളിൽ വലിയ കൂട്ടായ്മകൾ ദർശിക്കാൻ സാധിക്കും.

മന്നംപുറത്ത് കാവിലേയും മടിയൻ കൂലോത്തേയും പെരുങ്കലശങ്ങൾ കഴിയുന്നതോടെ അള്ളടത്തിലെ കളിയാട്ടങ്ങൾക്ക് തിരശ്ശീല വീഴും.

ഇളംകുറ്റി - കവയനാട്ട് - കുമ്പള സ്വരൂപങ്ങൾ

അള്ളടത്തിന് വടക്ക് ഇളംകുറ്റി സ്വരൂപമാണ്. ചിത്താരിപ്പുഴയ്ക്കും ചന്ദ്രഗിരി (കാഞ്ഞിരോട് പെരുമ്പുഴ) പുഴയ്ക്കും ഇടയിലുള്ള ഉദുമ മുതലായ പ്രദേശങ്ങൾ ഉൾക്കൊള്ളുന്നതാണ് ഈ വടക്കൻ സ്വരൂപം. കോലത്തിരിയുടെ കുറവാഴ്ച വരുന്നതിന് മുൻപേ പുടവതി രാജാക്കൻമാർ ഭരിച്ചിരുന്ന പുടവനാട് ആയിരുന്നു. കോലത്തിരിയ്ക്ക് ഇവിടെ പ്രാമുഖ്യം വന്നത് അള്ളടസ്വരൂപരൂപവത്കരണത്തോടനുബന്ധിച്ച് തന്നെ ആവാം. തൃക്കണ്ണ്യാലപ്പൻ, പനയാലപ്പൻ, കീഴൂർ ശാസ്താവ്, കരിപ്പോടി ശാസ്താവ്, കുതിരക്കാളിയമ്മ, മൂവാളം കുഴി ചാമുണ്ഡിയമ്മ എന്നിവരാണ് ഇവിടുത്തെ ആറ് സ്വരൂപ പരദേവതമാർ. അഞ്ചും കഴിച്ച് ആറാമത്തെ പരദേവതയായി സ്ഥാനം നേടിയ തൃക്കണ്ണ്യാലപ്പന്റെ മദിച്ച മസ്താന ഉഗ്രസ്വരൂപിണി മൂവാളംകുഴി ചാമുണ്ഡിയമ്മയുടെ കഥ ഏറെ പ്രസിദ്ധമാണ്. ഇളംകുറ്റി പെരുമലയൻ തറവാട്ടിൽ പെട്ട കോലധാരികൾ ആണ് ഈ കോലം ധരിക്കുന്നത്. തീയ്യരുടെ പെരുംകഴകമായ പാലക്കുന്ന് കഴകം ഈ സ്വരൂപത്തിലാണ്, അവിടുത്തെ ഭരണി ഉത്സവം പ്രശസ്തമാണ്.

ഇളം കുറ്റിക്ക് കിഴക്കുള്ള ഒരു ചെറുസ്വരൂപമാണ് കുണ്ടംകുഴിയപ്പൻ പ്രധാന ദേവൻ ആയിട്ടുള്ള കവയനാട്ട് സ്വരൂപം. മലയാളത്ത് കാമലോൻമാർ എന്ന സാമന്തരായിരുന്നു ഇവിടം ഭരിച്ചിരുന്നത്. ഈ രണ്ട് സ്വരൂപങ്ങളിലുമായാണ് ഏറ്റവും കൂടുതൽ വയനാട്ട് കുലവൻ തെയ്യം കെട്ടുകൾ നടക്കുന്നത്.

ചന്ദ്രഗിരിപ്പുഴയ്ക്ക് വടക്കാണ് കുമ്പള / മായിപ്പാടി സ്വരൂപം. ഇത് തുളുനാട്ടിലാണ്. കുമ്പള രാജാക്കൻമാർ ഭരണാധികാരികളായ ഈ സ്വരൂപത്തിലെ പരദേവതമാർ കുറത്തിയും കുണ്ടോർ ചാമുണ്ഡിയുമാണ്. തുളുത്തെയ്യങ്ങളാണ് ഈ നാട്ടിലധികവുമുള്ളത്. ഇതു വരെയാണ് കോലത്ത് നാടിന്റെ അതിര്.

കോലത്തിരി രാജാവ് ഈ പ്രദേശങ്ങളുടെ പരമാധികാരിയും മറ്റ് രാജാക്കൻമാർ സാമന്തൻമാരും ആയിരുന്നുവെങ്കിലും ആചാരപരമായ ഐക്യത്തിലുപരിയായി രാഷ്ട്രീയപരമായ ഐക്യം കുറവായിരുന്നു. ഇത് രാജ്യത്തെ ദുർബലമാക്കുകയും വടക്കു നിന്നും (കർണ്ണാടക) വിദേശത്ത് നിന്നുമുള്ള അധിനിവേശങ്ങൾ കൂട്ടുകയും ചെയ്തിരുന്നു. ഇത് ഒരു സംസ്കാര സമന്വയം രൂപപ്പെടുന്നതിന് സഹായിച്ചു എന്നു തന്നെ പറയാം.

വടക്കൻ കേരളത്തിൽ നിലനിന്നിരുന്ന സ്വരൂപ വ്യവസ്ഥിതിയും അത് തെയ്യം അനുഷ്ഠാനങ്ങളിലുണ്ടാക്കിയ സ്വാധീനവും ചുരുക്കി പറഞ്ഞുവയ്ക്കുക മാത്രമാണിവിടെ ചെയ്യുന്നത്. സ്വരൂപ വ്യവസ്ഥിതിയും അധികാര കേന്ദ്രങ്ങളും നിലവിൽ വരുന്ന കാലത്തിന് മുൻപ് തന്നെ തെയ്യം പോലുള്ള അനുഷ്ഠാനങ്ങൾ ഇവിടെ നിലനിന്നിരുന്നു എന്ന് സ്പഷ്ടമാണ്. ഒരുപാട് പഠനങ്ങൾ നടക്കേണ്ട ഒരു മേഖല തന്നെയാണത്.

അടുത്ത ലേഖനങ്ങളിൽ ഈ വടക്കൻ നാടുകളുടെ സൗന്ദര്യശാസ്ത്രം വർണിച്ച് പോകുകയാണ്. ചരിത്രഗവേഷണം എന്ന നിലയിലല്ലാതെ ആസ്വാദനതലത്തിൽ നിന്ന് കൊണ്ടുള്ള കാഴ്ചകളെയാണ് അവിടെ ഉൾക്കൊള്ളിച്ചിരിക്കുന്നത്. വ്യക്തിപരമായി ഏറെ അടുപ്പമുള്ള ദേശങ്ങളിലൂടെയാണ് ഇനിയുള്ള സഞ്ചാരം. കോലത്ത് നാടിന്റെ ഹൃദയഭാഗങ്ങളിലൂടെ ഒന്ന് പോയി വരാം.

കോലഭൂമിയും പ്രകൃതിയും ദൈവങ്ങളും

കേരളത്തിലെ തന്നെ ഏറ്റവും സുന്ദരമായ ഭൂപ്രദേശങ്ങളിലൊന്നാണ് കണ്ണൂർ ജില്ലയിലെ വടക്കൻ ഗ്രാമങ്ങൾ. ചരിത്രപരമായും സാംസ്കാരികപരമായും ഭൂമിശാസ്ത്രപരമായും ഏറെ സവിഷേതകളുള്ള ഈ നാട് പഴയ കോലസ്വരൂപത്തിന്റെ സിരാകേന്ദ്രമാണ്. ഈ പ്രദേശത്ത് എന്നെ ഏറ്റവും ആകർഷിച്ച ചില കാഴ്ചകളുണ്ട്. മാടായിപ്പാറയിൽ ഏഴിമലക്കരിമേഘങ്ങൾ തീർക്കുന്ന പെരുമഴയിൽ തുടങ്ങി കിള്ളയാറെന്ന കുപ്പം പുഴ വഴി എഴോത്തെ കൈപ്പാടുകളും കാവുകളും വരെ എത്തുന്ന ചില വടക്കൻ കാഴ്ചകൾ.

മാടായി മഴക്കാലം

തെക്ക് കിളിവള്ളിയാർ, പടിഞ്ഞാറ് ഏഴിൽ മല, വടക്ക് ഉച്ചൂളിക്കുന്ന്, കിഴക്ക് അടുത്തിലത്തറ - എല്ലാത്തിനും കേന്ദ്രബിന്ദുവായി തിരുവർകാട്ട് കാവ്. കാവിന്റെ വലത് വശത്തായി മനോഹരമായ ഒരു വഴിയുണ്ട്. മാടായിക്കാവിന്റെ നിഗൂഢതകളിലൂടെ കാവിരുട്ടിന്റെ ആഴങ്ങളെ തൊട്ട് കാട്ടുവള്ളികളെ പുൽകി ഒരൽപ്പനേരം നടക്കാം. കാവിലെ ഇലത്തുമ്പുകൾ തൊട്ട് പാറിപ്പറക്കുന്ന ചിത്രശലഭം പോലെ നടക്കാം. മനസിലൊരേയൊരു വർണമാണ് - പച്ച. ശലഭച്ചിറകുകളിലും മറ്റും ഒളിപ്പിച്ചു വച്ച മറ്റ് വർണങ്ങളുമുണ്ട്.

» മാടായിപ്പാറയിലെ പാറക്കുളം

» വട്ടകുണ്ട തടാകം

കാവിൽ നിന്ന് മാടായിപ്പാറയിലേക്ക് വാതിൽ തീർത്തത് കാട്ടുവള്ളികൾ കൊണ്ടാണ്. വാതിൽ തുറന്ന് പുറത്തെത്തുമ്പോൾ ഏഴിമല തെളിഞ്ഞു കാണാം.

മഴ കഴിഞ്ഞ് പാറ ഒന്ന് തണുത്തു. വേനലിൽ കരിഞ്ഞ പുൽക്കൊടികൾക്ക് വരെ ജീവൻ വച്ചിരിക്കുന്നു. ജൂതക്കുളവും പാറക്കുളവും വടുകുന്നപ്പുഴയും നിറഞ്ഞു. തെക്കിനാക്കീൽ കോട്ടയിലും പുൽനാമ്പുകൾ മുളച്ചിരിക്കുന്നു. പടിഞ്ഞാറൻ ദിക്കിൽ കനത്തു പെയ്യുന്ന മഴയിൽ ഏഴിമല മങ്ങി.

എത്ര കാലമായി ഇവിടിങ്ങനെ മഴ പെയ്യുന്നുണ്ടാകും. കര കടലായിരുന്നപ്പോഴും മഴ പെയ്തിട്ടുണ്ടാവണം. കോലഭൂപന്റെ തായ് വേരുകൾ ഏഴിമലക്കടപ്പുറത്ത് മരക്കലമിറങ്ങിയപ്പോഴും മഴ പെയ്തിട്ടുണ്ടാവും. മുരിക്കഞ്ചേരിക്കേളു കോട്ടയ്ക്കൊറപ്പായി നിന്നപ്പോഴും മഴ പെയ്തിരുന്നു. കാരി ഗുരുക്കൾ വിരിഞ്ഞ മാനം നോക്കി മുഖം തണുപ്പിച്ചത് ഈ മഴയിലാണ്. തെക്കനാലും വടക്കനാലും ആലില്ലാത്തറകൾ മാത്രമായ ഈ കാലത്തും മഴയുണ്ട്. വാടിപ്പോയതിനെയെല്ലാം വെള്ളം തളിച്ച് ജീവൻ വയ്പ്പിക്കുന്ന മാതാവാണ് മഴ. പ്രതീക്ഷയാണ്, പ്രകൃതിയാണ്, അമ്മയാണ്, ഈശ്വരിയാണ്. ജഗദീശ്വരിയായി നില കൊള്ളുന്ന അച്ചി തന്നെയാവാം മഴയായി വരുന്നത്.

മാടായിപ്പാറയിലെ ഒറ്റമരങ്ങൾ മഴ കൊള്ളുന്നത് കാണുമ്പോൾ ഒരു കുളിർമയാണ്, അവർ എത്ര സന്തോഷവാൻമാരാണ്. കനത്ത വേനലിൽ എരിഞ്ഞു തീരാറായപ്പോഴും പ്രകൃതി തന്നെ പുതുമഴ നൽകി അവരെ അതിജീവിപ്പിക്കുന്നു.

മഴ കനത്തതോടെ കുപ്പം പുഴ നിറഞ്ഞു തുളുമ്പി വയലുകളിൽ വെള്ളമെത്തിത്തുടങ്ങി. ഏഴോത്തിന്റെ തെക്കൻ ഭാഗങ്ങൾ മൊത്തം പുഴയായി. ചെറു തുരുത്തുകൾ രൂപപ്പെട്ടു. ജലപ്പരപ്പ് തൊട്ട് തോണികളൊഴുകിത്തുടങ്ങി. മാനത്തും വയലിലും അമ്പിളിയെ കണ്ടുതുടങ്ങി. തെങ്ങിൻ തലപ്പുകൾ ഇടവപ്പാതിപ്പെരുമഴയിൽ നനഞ്ഞു കുതിർന്നു. കവുങ്ങുകൾ ആടിയാടി നിന്നു. കൈപ്പാട്ടുകൾക്ക് ജീവൻ വച്ചു, വയലിന്നുടയവർ കൈ മെയ് മറന്ന് അദ്ധ്വാനിച്ചതിന്റെ ഫലമായി നെൽക്കതിരുകളെ സ്വപ്നം കണ്ടു തുടങ്ങി.

ഏഴിമലമുകൾ തൊട്ട മഴമേഘങ്ങളെ കണ്ട് ഉച്ചൂളിക്കുന്നിലെ മയിലുകൾ നൃത്തം ചെയ്തു. ഉച്ചൂളിക്കുന്നിന്റെ പടിഞ്ഞാറേ ചെരുവിലെ നിബിഡവനം മഴയേറ്റ് കുതിർന്നു. മഠത്തിൽ കാവിലച്ചിയും കുന്നിൻ മതിലകത്തപ്പനും വേട്ടയ്ക്കൊരുമകനും കോലപ്പെരുമഴയ്ക്ക് സാക്ഷികളായി. പക്ഷികളും ശലഭങ്ങളും വർണങ്ങൾ വിതറി പാറിപ്പറന്നു.

പാറയിലെ പച്ചവിരിപ്പിനകത്ത് നിന്ന് പുൽക്കുഞ്ഞുങ്ങൾ പുഞ്ചിരിച്ചു. കുടയും ചൂടി അവർക്കൊപ്പം പാറപ്പുറത്ത് മഴയും കണ്ടങ്ങ് നിൽക്കാനേവരും കൊതിച്ചു.

മാടായിപ്പെരുങ്കലശം

പാഴിക്കുന്നു കയറി... നന്നന്റെ വാളൊച്ചകൾ, കാരി ഗുരുക്കളുടെ കളരിയിലെ ഉറുമിത്തിളക്കം, മുരിക്കിഞ്ചേരി കേളുവിന്റെ പോർചമയങ്ങൾ, കുതിരക്കുളമ്പടികൾ, കച്ചവടത്തിന് വന്ന ജൂതന്മാർ, ധ്യാനത്തിന് വന്ന ബുദ്ധന്മാർ, മാടായിനഗരമെന്ന ജോനകർ, തോക്കേന്തിയ വെള്ളക്കാർ... ഒക്കെ കേട്ടു, കണ്ടു... കരിപ്പൂരം വെള്ളിത്തട്ടിലെ വേട്ടയ്ക്കൊരു മകനെ കണ്ടു... ഏഴിമല മുകളിൽ വിലസുന്ന കോലമന്നന്റെ കൊട്ടാരക്കെട്ടു കണ്ടു... കോലനന്മലനാട് കണ്ടു...

ഇടവത്തിലെ ഇളം തണുപ്പുള്ള ഉച്ചവെയിൽ. കലശപ്പകൽ... ചുവപ്പുടത്ത് പച്ചക്കച്ച ചുറ്റിക്കെട്ടി ചുരിക ധരിച്ച പെരുവണ്ണാൻ. പാറപ്പുറത്ത് ചാരി വച്ച ഓലക്കുട. ധ്യാനനിമഗ്നനായി തലപ്പാളി തൊഴുതു കെട്ടി ചെക്കിത്തണ്ടയും അതിനു മേൽ പട്ടവും അണിഞ്ഞു. വടുകുന്ദത്തപ്പന്റെ തെക്ക് ഭാഗത്ത് കടലിനോടഭിമുഖമായി നിന്നു. പള്ളിവാൾ ഉയർത്തി. കര നീങ്ങി കടലായ മാടായിലെ ഭഗവതിയുടെ ചൈതന്യം ആവാഹിച്ച് ഒരു സ്മരണ പുതുക്കൽ പോലെ... നൂലിട്ടാൽ നില കിട്ടാത്തൊരു സമുദ്രം മൂന്നേ മുക്കാൽ നാഴിക കൊണ്ട് വ്‌ളാകി മാടാക്കി ചമച്ച മാടായിക്കാവിലച്ചി... അത്ഭുതം തോന്നേണ്ട, അതിനുത്തരം ഞാനെന്ന പോലെ പാറപ്പുറത്ത് അങ്ങിങ്ങായി ആണ്ടിറങ്ങിയ കക്കകൾ , കടൽ ശേഷിപ്പുകൾ...

കലശ സന്ധ്യ... കാവകത്തെ അണിയറയിൽ നിന്നും തെയ്യങ്ങൾ ഓരോരുത്തരായി വടക്കേം വാതിലിലേയ്ക്ക് നടന്നു വരികയാണ്. പെരുമഴ കുത്തിയൊലിപ്പിച്ച കാവിലെ മണ്ണ് ചെറു തോടായി ഒഴുകി. തോട് മുറിച്ചു കടന്നു തെയ്യങ്ങൾ വന്നു പീഠം കൈക്കൊണ്ടു. പെരുവണ്ണാൻമാർ മുടി ഉയർത്തി. അമ്മയുടെ തിരുമുടി. ദാരികവധത്തിനു ശേഷം തിരുവർക്കാട്ടു വടക്കേം ഭാഗം വിരിഞ്ഞുറഞ്ഞ ഭദ്രകാളി... മാടായിക്കാവിലമ്മ... മാടായി പെരുവണ്ണാൻ തിരുമുടി ശിരസ്സിലേന്തി... കലശം കയ്യേറ്റു...

പെരുങ്കലശങ്ങൾ പെരുമഴക്കാലത്തിലേയ്ക്ക് വഴി മാറിയിരിക്കുന്നു. നീലേശ്വരത്തെയും മാടായിയിലേയും ചിറക്കലേയും നാട്ടുവഴികളിൽ തെയ്യച്ചോപ്പ് മാഞ്ഞു തുടങ്ങി. മനയോലയും ചായില്യവും മഴയേറ്റ് കുതിർന്ന മണ്ണിൽ വീണു പടർന്ന് വളപട്ടണം പുഴയിലൊഴുകിയെത്തി. മാടായി പെരുങ്കോട്ട പെരുമഴയത്ത് ഏകാകിയായി നിന്നു. താഴ്വാരത്തെ കാവുകളിൽ അന്തിത്തിരി മാത്രം നിറഞ്ഞു കത്തി.

» മാടായിക്കാവ് പൂരം എഴുന്നള്ളത്ത്

» മാടായിപ്പാറയിലെ പൂരക്കളി

വാളും വിളക്കും ഓലക്കുടയും മായ്ക്കാത്ത മുഖത്തെഴുത്തുമായി പെരുവണ്ണാൻ ദൂരേയ്ക്ക് നടന്നകന്നു. പൂരക്കടവും പൂവിടും കല്ലും ചാലിക്കാവും ആയിരം നെല്ലിച്ചാലും വട്ടകുന്ദപ്പുഴയും കാലത്തിനു വിട ചൊല്ലി. അടുത്തിലപ്പള്ളിപ്പെരുങ്കുലോത്തും ഉദയമംഗലം കുലോത്തും മഴത്തുള്ളികൾ വീണ് ചിതറി. വടക്കേം വാതിലിലെ കലശത്തറയ്ക്ക് ചുറ്റും ചെക്കിപ്പൂക്കൾ തണുപ്പ് പറ്റി കിടന്നു. ദാരികൻ വീണ ചാലിൽ രക്തവും മഴവെള്ളവും കൂടിക്കലർന്ന് വേറാഭേദമില്ലാതെയായി...

തീച്ചാമുണ്ഡി

കരിപ്പൂരം വെള്ളിത്തട്ടും പൂരക്കടവും പൂവിടും കല്ലും ചാലിക്കാവും തെക്കിനാക്കീൽ കോട്ടയും ദാരികൻ വീണ ചാലും അറുവര് മടമങ്കമാരുടെ കോവിലും എറുകാട്ട് കാവും തൊട്ട് തലമുറകളുടെ അനുഗ്രഹ വർഷം പൊഴിയാൻ തുടങ്ങി. കടല് കടന്നോ മരക്കലമേറിയോ ഏഴിമല മുകളിൽ നിന്നോ തളിപ്പറമ്പത്ത് നിന്നോ ശ്രീ കൈലാസത്തു നിന്നോ എങ്ങു നിന്നോ വന്നണഞ്ഞ മാതൃചൈതന്യം ഒന്നു കൂടെ വിശാലമായി. അമ്മയുടെ തിരുവുള്ളം പ്രസാദിച്ച കണ്ടു. മാടായി എരിഞ്ഞ പാറമ്മേൽ ആയിരത്താണ്ടുകളുടെ സ്മൃതികളുയിർത്തെഴുന്നേറ്റു. കനലു കൈയ്യേറ്റ പെരുമലയൻമാരുടെ വീര ചരിതങ്ങൾ നിറഞ്ഞു നിന്നു. വടക്കേ ചെരുവിറങ്ങിപ്പൊങ്ങിയുയർന്നു നിൽക്കുന്ന ഉച്ചൂളിക്കുന്നിലെന്നോ കൊളുത്തി വച്ച നങ്കൂരങ്ങൾക്ക് വരെ പിടിയിളകി. കടൽ നീങ്ങി കരയായ ദേശം ആവേശത്തിരയിൽ കുതറിയോടി.

കത്തിയ കുംഭമാസ വെയിൽ അണഞ്ഞു തുടങ്ങും നേരം ഏഴിമല ത്തലപ്പിലേയ്ക്കുർക്കൻ യാത്ര തുടങ്ങി. അതിലും പതിൻമടങ്ങഞ്ചിയ സൂര്യ ശോഭയോടെ കത്താൻ ചെങ്ങൽ കുന്നിന്റെ തെക്കേ ചെരുവിൽ കനൽക്കുന്ന് ഉഷ്ണതാപങ്ങളെ വരവിളിച്ച് തപസ്സിരുന്നു. വിറക് കൊള്ളികൾ മല പോലുയരുന്നു. പാലായി പരപ്പേനെന്നും അടുത്തില പള്ളിപ്പെരുമലയനെന്നുമുള്ള പൂർവിക സ്മരണയിലൂറ്റം കൊണ്ട കനലാടി പള്ളിയറ തൊഴുത് മേലേരിത്തട്ട് വന്ദിച്ച് ചെങ്ങൽ കുന്ന് കയറി പാറപ്പുറത്തു കൂടെ എറുകാട്ട് കാവ് ലക്ഷ്യമാക്കി യാത്ര തുടങ്ങി.

കാവിൽ തൊഴുത് അമ്മയെ മനസ്സുരുകി വിളിച്ച് ഉടുത്തു കെട്ടി വനമാലയണിഞ്ഞ് ദർശനപ്പെട്ട് ഉറഞ്ഞോടി അടുത്തില ചാമുണ്ടിക്കോട്ടം കിഴക്കോട്ട് തിരിഞ്ഞ് വന്ദിച്ച് ചെങ്ങൽ ചെരിവിലെ വമ്പിച്ച പുരുഷാരത്തിനിടയിലേക്ക് തോറ്റം വരവ്. ചെങ്ങൽ കുന്നിറങ്ങി മേലേരിത്തട്ടിലേയ്ക്ക് കൺമഷിയിട്ട കണ്ണുകളിൽ കത്തുന്ന കനലോടെ, വീരരസം മുറ്റിയ മുഖപങ്കജത്തിൽ കരുണ രസം കൂടിക്കലർന്ന് വീരഗംഭീരഭാവത്തോടെ, പൊന്നു പൊടിക്കുന്ന നേരത്ത് നിലയ്ക്കാത്ത വാദ്യഘോഷങ്ങളുടെ

അകമ്പടിയിൽ നിലയുറക്കാത്ത പദചലനങ്ങളോടെ പടിക്കെട്ടുകളിറങ്ങി വന്ന് പുകഞ്ഞു തുടങ്ങിയ കുന്നോളം കൂട്ടിയ കത്തുന്ന കനലാഴി തൊട്ടുവണങ്ങി പള്ളിയറത്തിരുമുറ്റത്തേക്ക് പാഞ്ഞടുത്ത് കൊടിയില പിടിച്ചു വാങ്ങി പരദേവതയാൽ ശേഷിപ്പെട്ട് ഉറഞ്ഞുതുള്ളി. പരകായ പ്രവേശം കൈക്കൊണ്ട കനലാടിയെ പിടിച്ചു നിർത്തി തലപ്പാളിപ്പട്ടം പിടിച്ചുകെട്ടുമ്പോഴേക്കും വീണ്ടും ഉറഞ്ഞുതുള്ളി ചെണ്ടത്തലപ്പിൽ രണ്ടടിച്ച് വരവിളിച്ച് ഹിരണ്യവധം ചെയ്ത് ജ്വലിക്കും വേഗത്തോടെ മേലേരിത്തട്ടിലേയ്ക്ക് പടികൾ കയറി പാഞ്ഞടുത്ത് കരക്കാരുടെ ശബ്ദഘോഷങ്ങളിലും ഗോവിന്ദാവിളികളിലുമാറാടി. നിറഞ്ഞു കത്തുന്ന കനലാഴി മതിമറന്ന് പ്രദക്ഷിണം ചെയ്യുകയും ഒട്ടൊന്ന് ശ്രദ്ധ തെറ്റിയപ്പോൾ അതിലേയ്ക്കോടിക്കേറാൻ ശ്രമിച്ചും പൊള്ളുന്ന ചൂടിലും ചുട്ടുപഴുത്ത കാൽപാദങ്ങളോടെ പരദേവതയുടെ ഉച്ചത്തോറ്റം നെറിപ്പിന്റെ ഹുങ്ക് ശമിപ്പിച്ചു.

അന്തിത്തോറ്റവും കോലവും ബാക്കിയുണ്ടെന്നിരിക്കിലും അത്യാവേശത്തോടെ കനലാടി പരദേവതയിലേയ്ക്ക് ശേഷിപ്പെട്ടു കഴിഞ്ഞിരിക്കുന്നു. പൊന്നു പൊടിക്കുന്ന മാനത്തേയ്ക്ക് തൂവിയ നീലഭസ്മത്തോടൊപ്പം ഉയരെയുയരെപ്പോകുന്ന മേലേരിത്തീപ്പൊരികൾ അന്തിത്തോറ്റത്തെ വരവേൽക്കാനൊരുങ്ങിയുയർന്ന പോലെ.

ഏഴിലം

മഞ്ഞണിഞ്ഞ വടക്കൻ മൊട്ടകളെ തൊട്ട് പരന്നിറങ്ങി സമതലങ്ങളുടെ ചുട്ടും ചുരുമറിഞ്ഞ് കാവുകൾക്കുള്ളിൽ ചൂളം വിളിച്ച് പുല്ലാഞ്ഞിവള്ളികളിലൂയലാടി ചിത്രകൂടക്കല്ല് തഴുകി പഴമയുടെ ഗർഭഗൃഹങ്ങളായ കുറ്റനരയാലുകൾ താണ്ടി മരങ്ങൾ കടന്ന് ഇലകളെ പുൽകി പക്ഷിവൃന്ദങ്ങളുടെ ചിറകടിപ്പാട്ടുകളെ പിന്തുടർന്ന് താഴ്ന്നിറങ്ങി വയൽപ്പരപ്പിലെ തെക്കൻ കതിരുകളെയിളക്കി ഒറ്റത്തുരുത്തുകൾ ചാടിക്കടന്ന് കിള്ളാനദിയോരത്തലതല്ലുന്ന അഭൗമ സൗന്ദര്യ സരസ്സിന്റെ പേരാണ് ഏഴോം.

എഴോത്തിന്റെ കിഴക്കൻ ദിക്കിലൊരു വാതിലുണ്ട്. കാട്ടുവള്ളിപ്പടർപ്പാൽ മൂടപ്പെട്ട പടിപ്പുര വാതിൽ. ഒരായിരം പൂവുകൾ തളിർക്കുകയും കൊഴിയുകയും ചെയ്തിരുന്ന വസന്തകാല വാതിൽ.

പൂവും പൂരവും വിരുന്നിനെത്തിയിരുന്ന മുറ്റത്ത് കാട്ടുപുല്ലുകളും മഴ കലക്കിയ കറപ്പൻ വെള്ളവും. നാഗങ്ങളിഴയുന്ന പൂമുഖപ്പടി. കാട്ടുകയറിയ പറമ്പിലെ ചെക്കിപ്പൊന്തകളിൽ ചൊകചൊകെ തെളങ്ങുന്ന മാണിക്യങ്ങൾ. ഏഴിമലക്കെതിരെയായി വിരിഞ്ഞു നിൽക്കുന്ന എട്ടുപ്പുള്ള കെട്ടിടത്തിലങ്ങിങ്ങായി കാലം മാന്തിയ പാടുകൾ.

» ഏഴോം മൂല

» ഏഴോത്തെ വയലുകൾ

മഴ കനത്ത് വെള്ളം ചാറി പൊട്ടിത്തകർന്ന ചിതൽപ്പുറ്റകളിൽ നിന്ന് ചിതൽക്കുഞ്ഞുങ്ങൾ ജീവനും കൊണ്ടോടി. അതിനേക്കാളും വലിയ ചിതൽപ്പുറ്റുകൾ പറമ്പിലുണ്ടായിരുന്നു. വലിയ പുറ്റുകളിൽ നാഗങ്ങൾ വസിച്ചിരുന്നെന്നമ്മമ്മ പറഞ്ഞു.

മഴയൂറ്റം കൊണ്ട നേരത്ത് കുടയും ചൂടി ആ വഴി നടക്കാനിറങ്ങിയ ഞാൻ കണ്ട കാഴ്ചകളാണ്. ഒരു വ്യാഴവട്ടത്തിലൊരിക്കൽ മാത്രമുള്ള നടത്തം. ഒരു പെരുങ്കളിയാട്ടത്തിന്റെ ആവേശമുള്ളത്.

ചരസ് വലിച്ചുതിയ ഭ്രാന്തന്റെ ചിന്തകൾ പോലെ ഭ്രമം ബാധിച്ച മനസിനെ താങ്ങി വലിച്ചോരു നടപ്പുണ്ട്. അതിൽ ഭൂതത്തെ വർത്ത മാനം പറയിപ്പിക്കാനാകാതെ ഞാൻ വലയും. ഏഴോത്തെ ആൾത്തോ മസമില്ലാത്ത പഴയ വലിയ സൗധങ്ങളിലെ ഇരുട്ടറകളിലേക്ക് നോക്കി സ്വയം ഭയപ്പെടും. ഏതൊരു പഴയ വീട്ടിലും യക്ഷിയുണ്ടെന്ന മിഥ്യാ ധാരണ ബാല്യത്തിലേ എന്നെ പിടികൂടിയിരുന്നു.

പോത്തേര വീടിന്റെ പടിപ്പുര വാതിൽക്കൽ ഞാൻ നിന്നു. മുറ്റമില്ല, പൂമുഖപ്പടിയില്ല, ആ വലിയ സൗധമില്ല. എല്ലാം എന്റെ സങ്കൽപ്പങ്ങൾ, ഭൂതകാല ഓർമച്ചിത്രങ്ങൾ. ഭൂതത്തിനപ്പുറത്തുള്ള ഭൂതത്തെ വരെ കുപ്പിയിൽ നിന്നിറക്കി ഞാൻ.

മഴ കനത്ത് കനത്ത് ഒച്ച കേൾക്കാൻ വയ്യാതായി. 'മഴയത്ത് കുട ചൂടി ഒരു റൗണ്ട് നടക്കാനിറങ്ങിയാലെന്താ' എന്ന ഒരു തോന്നലായി രുന്നു രാവിലെ മുതൽക്കെ. ഉച്ചയ്ക്കാണതിനു വകയുണ്ടായത്. പടിപ്പുര വാതിൽക്കൽ തന്നെ കൊറേ നേരം നിന്നു. പണ്ട് ഇത് പോലൊരുച്ചയ്ക്ക് ഇവിടെ വച്ചാണ് തെയ്യത്തെ കണ്ടത്. പനി പിടിച്ചില്ല. ഒരുപാട് സന്തോ ഷമായി. എന്നും കാണാനാഗ്രഹിക്കുന്ന രൂപങ്ങൾ പ്രതീക്ഷിക്കാതെ കൺമുന്നിൽ വരുന്നത് ഒരനുഗ്രഹം അല്ലേ. ആദ്യം പേടിക്കണോ എന്ന് തോന്നി. അവരുടെ മുഖത്ത് നോക്കിയപ്പോൾ പുഞ്ചിരി മാത്രം. പിന്നെ ഇരുകൈയ്യും കൂപ്പി തൊഴുത് തിരികെ നടന്നു. കുട്ടിക്കാലത്തെ ഭ്രമമാണോ യാഥാർത്ഥ്യമാണോ എന്നറിയില്ല.

നടപ്പ് തുടർന്നു. കാനായി വയലിൽ കെഴക്കൻ വെള്ളം കയറിയി രുന്നു. നീർക്കോലികൾക്ക് സുരഭില കാലം. വയൽപ്പരപ്പിലും തോട്ടിലും ചെറുമീനുകൾ വന്നെത്തി. വരമ്പത്ത് വല്ല അണലിക്കുഞ്ഞുങ്ങളുമുണ്ടോ എന്ന് ഞാൻ സംശയത്തോടെ നോക്കി. പാമ്പുകളെ പണ്ടേ ഇത്തിരി പേടിയാണ്. നിങ്ങളുടെ മലബാറിൽ വിഷപ്പാമ്പുകൾ കൂടുതലാണ് എന്ന് തെക്കൻ തിരുവിതാംകൂറുകാരൻ സുഹൃത്ത് പറഞ്ഞിരുന്നു. അത് സത്യവുമാണ്.

നടന്നു നടന്നെത്തിയത് കപ്പാലത്തിനരികിലെ വരമ്പിനോട് ചേർന്നുള്ള തെങ്ങിൻ തോപ്പിലാണ്. ഇവിടെ വച്ചാണ് പണ്ട് ഞാനും രാഹുലും ഭൂമിക്കടിയിലെ സ്പന്ദനങ്ങളറിയാൻ മണ്ണിൽ ചെവിയും വച്ച് കിടന്നത്. വരമ്പിനപ്പുറത്ത് വയൽപ്പരപ്പിലെന്നോ തുള്ളി നടന്ന കാറ്റ് പോയ ഫുട്ബോളിന്റെ പ്രേതം എന്നെ നോക്കി കണ്ണുരുട്ടി.

ഒരു നടത്തത്തിലൂടെ കിട്ടിയത് എത്രയെത്ര ഓർമകളാണ്. അജ്ഞാതമായ ഭ്രമങ്ങളും അഭൗമമായ മറവികളുമാണ്.

എഴോത്തിനപ്പുറം നാടില്ല

കിള്ളാനദിക്ക് വടക്ക് വയൽപ്പരപ്പുകളാൽ ചുറ്റപ്പെട്ട ഒരു ഗ്രാമം. തുരുത്തും പുഴയും കൈവഴികളും കൈപ്പാടുകളും സമതലങ്ങളും ചെമ്മൺ കുന്നുകളുമായ് ഉയർന്നുയർന്നു പോകുന്ന ഒരു ഗ്രാമം. മാടായിക്കാവിലമ്മയുടെ കോലസ്വരൂപവും സോമേശ്വരിയുടെ നേരിയോട്ട് സ്വരൂപവും അതിര് പങ്കിടുന്ന ഗ്രാമം. അതിരായി എരുവള്ളിത്തോട്.

വയൽക്കരയിൽ ശീലത്ത് ഭഗവതിയും ചേരിക്കൽ ഭഗവതിയും പൂക്കുന്നത്ത് ഭഗവതിയും നാട്ടു കാവൽക്കാർ.

എഴോത്തിന്റെ നെല്ല് പൂത്ത വയലുകളിൽ ദൈവക്കരുവായ നമ്പോലൻ. വയലിന് നടുവിൽ പടർന്നു പന്തലിച്ച് കിടക്കുന്ന പൊന്നരയാലിനു ചുറ്റും കരിഞ്ചാമുണ്ടി തറ. നീല വെളിച്ചമൂർന്ന രാവുകളിൽ കലശപ്പാട്ടിനു ശേഷം വിടർന്ന ചന്ദ്രപ്രഭയിൽ വരവിളിച്ച് പുറപ്പെടുന്ന കരിഞ്ചാമുണ്ടിയമ്മ. ആലിലകൾക്കിടയിലൂടെ നോക്കിയാൽ ദൂരെ മാനത്ത് പൂർണപ്രഭയിൽ ചന്ദ്രൻ ഉണ്ടാവും. അന്നേ ദിവസം മാത്രം.

നാട്ടിപ്പണിക്ക് പോകുന്ന മുത്തശ്ശിമാർ കണ്ടു ഭയന്നിട്ടുണ്ട് അമ്മയെ. പലവട്ടം...

തെക്കൻ ദിക്കിൽ പുഴയ്ക്കക്കരെ പഞ്ചുരുളിയമ്മ. ഇക്കരെ മൂത്ത സഹോദരി കക്കര ഭഗവതി. മുഖാമുഖം നോക്കിയിരിക്കുന്നു അവർ. മൂത്തേടത്ത് തന്ത്രിയുടെ താഴെ കക്കരക്കാവിൽ നിന്നും എളേടത്ത് തന്ത്രിയുടെ മേലെ കക്കരക്കാവിലേയ്ക്ക് ഭഗവതിയുടെ സഞ്ചാരമുണ്ട് രാത്രികാലങ്ങളിൽ. എന്റെ കാലുംപലകയും തിരുവായുധവും വലിച്ചെറിഞ്ഞു എന്റെ കാളകാട് എന്ന് വിലപിച്ചു കൊണ്ട് നിറപന്തവുമായി ദാരികാന്തകിയായ മഹാകാളി. കൂടെ ചങ്ങാതി നരമ്പിൽ ഭഗവതിയും.

ചീറുംബയും പുതിയവരും നാടെഴുന്നള്ളത്ത് നടത്തുന്ന ഭൂമിക. കത്തുന്ന പന്തവുമായി കുരുത്തോല കൊണ്ട് വസൂരി തഴുകിയൊഴിപ്പിക്കുന്ന പുതിയ ഭഗവതി. വസൂരിയുള്ള വീട്ടിലേയ്ക്ക് തീപ്പന്തങ്ങളുമായി ഓടിക്കയറുന്ന രാമപ്പെരുവണ്ണാന്റെ നാഗം താഴ്ത്തിയെഴുതിയ എകിറ് വച്ച തിരുമുഖം നാട്ടുമുത്തിമാരുടെ മനസ്സിൽ ഇന്നുമുണ്ട്.

» ഏഴോത്തെ വയലുകൾ ഒരു സന്ധ്യാനേരത്ത്

അഞ്ചു തെങ്ങിലെ പുലിദൈവങ്ങൾ. പുലിഗർജനം ഉയരുന്ന പുലിമട. കൂടെ തുളുനാട്ടിൽ നിന്നും മലനാട്ടുരാജ്യം കയ്യേറ്റുത്ത കണ്ടോാറ ചാമുണ്ഡിയും കുറത്തിയും. പാപ്പനോട്ട മന്ത്രശാലയും നാലുകെട്ടും കരിങ്കുട്ടിച്ചാത്തനും ദൈവത്തറയും. ആറളത്ത് ഭഗവതിയും ഒന്നുകുറെ നാൽപതും. എരുവള്ളിത്തോടിനരികെ കോലസ്വരൂപത്തിന്റെ അതിര് കാക്കുന്ന എരുവള്ളിക്കക്കരക്കാവ്. അരികിലായി കാലിയാരുടെ അമ്പലം.

മലവാഴുന്ന പെരുമാളുടെ പൊടിക്കളങ്ങൾ. പൊട്ടനുറഞ്ഞാടിയ വയൽപരപ്പുകൾ. വടക്ക് കുന്നിൻ ചെരുവിൽ പടക്കത്തി ഭഗവതിയോടൊപ്പം വാനര രാജൻ ബാലി. തൊട്ടടുത്ത് ദൈവമിരുവരും കാവായ കാവുകളിൽ കുടി കൊണ്ട പരദേവതയും. പടിഞ്ഞാറൻ കുന്നിൻ ചെരുവിൽ ചൂളിയാർ ഭഗവതിയോടൊപ്പം മൂവാളം കുഴി ചാമുണ്ടി. സമതലങ്ങളിൽ ആദി തീയ്യനും കേളനും വീരനും തോട്ടുംകര ഭഗവതിയും പുറമൺചേരിക്കാവിൽ ഭഗവതിയും വീരഞ്ചിറ ഭഗവതിയും. അൽപ്പം തെക്കായി കപ്പലിറങ്ങിയ മരക്കലത്തമ്മമാർ. കൊഴിച്ചിയിൽ കാവിന് തൊട്ട് തെക്ക് വരെ കുപ്പം പുഴയായിരുന്ന ഏതോ കാലത്തായിരിക്കണം മരക്കലം വന്നത്.

മേലെ കക്കരക്കാവിലെന്നോ നടന്ന ഒറ്റക്കോലത്തിന്റെ തീച്ചൂട്. കനലെരിയുന്ന കാവിൻ പുറം. വടക്കേ കുന്നിന്റെ താഴ്‌വാരത്ത് കിരാതസൂനുവും ചങ്ങാതിയും. അതിനരികിലായ് വാനരരാജനോടൊത്ത് പടക്കത്തി ഭഗവതിക്കാവുകളീരണ്ട്.

കുളവും കൽപ്പടവും തിരുവൃത്സവവും ഉള്ള എഴോത്തമ്പലം. കുറച്ചകലെ മൂത്തേടത്ത് മനയും ഇല്ലത്തെ കുളവും പൊളിഞ്ഞു കിടക്കുന്ന ശങ്കര നാരായണ ക്ഷേത്രവും. പൊളിഞ്ഞമ്പലത്തിന് ചുറ്റും തുമ്പപ്പൂക്കൾ വിടരും. വെണ്മയുടെ കുഞ്ഞു കാൽപാദങ്ങളായ തുമ്പപ്പൂക്കൾ. ഇല്ലപ്പറമ്പിൽ എവിടെയോ പണ്ടെന്നോ പെരുംകളിയാട്ടം നടന്ന മുപ്പത്തെവർ തറ. കക്കറ ഭഗവതിയുടേയും ചങ്ങാതിമാരുടേയും സാന്നിധ്യമുള്ള മണ്ണ്. നടയിലാട്ട് നടന്ന മണ്ണ്. മൂത്തേടത്ത് മല്ലിശ്ശേരി. തലയുയർത്തി നിൽക്കുന്ന എട്ടുകെട്ട്. മന്ത്രധ്വനികൾ ഉയരുന്ന മന്ത്രശാല. വെളിച്ചം കയറാത്ത അകത്തളങ്ങൾ. കാട് കയറിയ പറമ്പ്. അലഞ്ഞു നടക്കുന്ന ബ്രഹ്മരക്ഷസ്സുകൾ.

തൊട്ടു കിഴക്കായി ചേണിച്ചേരി കോട്ടം. കാട്ട് ചിറക്കൽ ഭഗവതിയും മടയിൽ ചാമുണ്ഡിയും പരദേവതയും. അതിനും കിഴക്കായി മുരിക്കിഞ്ചേരി വീട്. കന്നിക്കൊട്ടിലിലെ നെടും തൂണിൽ കത്തിച്ച് വച്ച തീനാളം. സാക്ഷാൽ തിരുവർക്കാട്ട് ഭഗവതിയും വിഷ്ണുമൂർത്തിയും ഭൈരവാദി മന്ത്രമൂർത്തികളും കന്നിക്കൊരു മകനും. ഉച്ചിട്ട ഭൈരവൻ കുട്ടിശാസ്തൻ.

» കണ്ടനാർ കേളൻ വെള്ളാട്ടം

മന്ത്രശാലയ്ക്ക് സമമായ കൊട്ടിലകം. എഴോത്ത് കോലപ്പെരുമലയന്മാർ ഉറഞ്ഞാടിയ തിരുമുറ്റവും കാവൽക്കാരനായി ഇരു കയ്യിലും ചൂട്ടും പിടിച്ച് അട്ടഹസിച്ച് കൊണ്ട് തറവാട്ടു പറമ്പിൽ അങ്ങിങ്ങായി നടക്കുന്ന ശ്രീഭൂതവും.

നിറയെ മാവുകളുള്ള പറമ്പ്. തെക്ക് പടിഞ്ഞാറേ മൂലയ്ക്ക് സർപ്പക്കാവ്. പാലമരത്തിൽ പത്തി വിടർത്തിയാടുന്ന നാഗത്താന്മാർ. നാഗരാജാവും നാഗകന്നിയും അവിടെയുണ്ട്. ഉച്ചിട്ടമ്മയുടെ മേലേരിയ്ക്ക് അടുത്തായി നിറയെ ചെമ്പക മരങ്ങൾ. തണൽ വിരിച്ചു കൊണ്ട് ഭീമൻ പുളിമരങ്ങൾ. അനുഗ്രഹമേകി കുവളമരം.

എഴോത്തിനാകെ ഒരു നെല്ല് പൂത്ത മണമാണ്, കൂടെ ചുവന്നു തുടുത്ത ആശയങ്ങളും തെയ്യച്ചുവപ്പും ഗുൽമോഹറിതളിട്ട പാതകളും ...

കിള്ളയാറിൽ നിന്നും തേജസ്വിനിയിലേയ്ക്ക്

മഴക്കാലം കഴിഞ്ഞിട്ടില്ലെങ്കിലും അന്നൊരിത്തിരി വെയിൽ വെട്ടം ഉണ്ടായിരുന്നു. ചാറി ചാറി പെയ്യുന്ന മഴ തെല്ലൊരു ഭീതി പടർത്തിയെങ്കിലും മനസ്സിൽ സ്വരുക്കൂട്ടി വച്ച ഓർമകളെ ആവാഹിച്ചു ചെപ്പകടത്തിലാക്കി തോളത്തിട്ട് യാത്ര തിരിക്കാൻ തന്നെ തീരുമാനിച്ചു. കടലും പുഴയും തലോടുന്ന പഴയങ്ങാടിയിൽ നിന്ന് പൂർവ ഗിരിശൃംഗങ്ങളാൽ ആലിംഗനം ചെയ്യപ്പെട്ട പാടിച്ചാലിലേയ്ക്ക്. ശാന്തഗംഭീരമായി ഒഴുകുന്ന കിള്ളയാറിന്റെ തീരങ്ങളിൽ നിന്ന് കുത്തിപ്പാഞ്ഞൊഴുകുന്ന തേജസ്വിനിയുടെ കിഴക്കൻ മണ്ണിലേയ്ക്ക്...

ബൈക്ക് സ്റ്റാർട്ടാക്കി കാലത്തെ വരവിളിച്ച് തോറ്റിയുണർത്തി പൊലിപ്പാട്ടും പാടി ഉത്തരകോലസ്വരൂപത്തിന്റെ അതിരുകൾക്കുള്ളിൽ ഇനിയും തുറക്കാത്ത അനുഭവ പേടകങ്ങൾ തേടി പലവുരു പിന്നിട്ട വഴികൾ താണ്ടിയുള്ള യാത്ര. ഒരതിരിനുള്ളിൽ തന്നെ കറങ്ങുന്നുവെങ്കിലും പുതുമ നഷ്ടപ്പെടാത്ത അനുഭൂതികളെ വീണ്ടും വീണ്ടും അറിയാനുള്ള കൊതിയോടെ...

ശങ്കരനാരായണസ്ഥലിയിൽ തലയുയർത്തി നിൽക്കുന്ന ഭീമൻ പുളിമരങ്ങൾക്ക് പിറകിലെ ചെറിയ കുന്നിൽ വിടർന്നു നിന്ന ചെന്താമരദളം പോലെ ശോഭയാർന്ന അമ്പലം. പൂമാലക്കാവിനു മേലെ എരിവേനലിൽ കരിഞ്ഞ പാറയിൽ മഴനൂലുകൾ നെയ്ത കാക്കപ്പൂമാലകൾ. ഏഴിമലമുകൾ തൊട്ട് അറബിക്കടലിലേയ്ക്ക് പാഞ്ഞടുക്കുന്ന വടക്കൻ കാറ്റിനെതിരെ വരുന്ന പഴയ മരക്കപ്പലുകളുടെ സൂക്ഷ്മശരീരങ്ങൾ. ആര്യറ്റു നാട്ടിൽ നിന്നും കപ്പലിൽ വന്നിറങ്ങിയ ദേവിമാരുടെ കാൽപ്പാദം പുൽകിയ എടത്തുരാഴിക്കടപ്പുറം, ഉച്ചുളിക്കടവ്, പുന്നക്കടവ്. മാടായിത്തട്ട് കടലിറങ്ങിയ കാലം ഉച്ചുളികൾ വന്നുനിറഞ്ഞാണ്ടുപോയ ഉച്ചുളിക്കുന്ന്. ഏഴിമല

മുകളോളം പറന്ന് കത്തിയ മേലേരിത്തീപ്പൊരികളുയരുന്ന ചെങ്ങൽ കുന്നിന്റെ തെക്കേ ചെരുവ്. ചെങ്ങൽ കൃഷ്ണനും വട്ടുകുന്ദ തേവരും മാടായിക്കാവിലച്ചിയും കുടി കൊണ്ട പാഴിക്കുന്നും പരിസരവും. നൂറ്റാണ്ടുകളുടെ കച്ചവടസ്മരണകൾ പുതുക്കുന്ന മാടായി നഗരം. തലമുറകളുടെ ബാങ്ക് വിളിഗളുയരുന്ന പുണ്യമാം മാടായിപ്പള്ളി. ധാരി ഗുരുക്കളുടെ വാൾതിളക്കങ്ങൾ കണ്ട മാടായിക്കളരിയുടെ ഓർമകൾ. പട്ടുനൂൽ നെയ്ത്ത് തെരുവുകളാൽ സമ്പന്നമായിരുന്ന അടുത്തില. നാടിന്നഴകായ് പള്ളി ഉദയമംഗലം കോവിലകങ്ങൾ. കോലത്തുനാടിന്റെ ആദ്യകാല തലനഗരം. അതിരായൊഴുകുന്ന വപ്രാനദിയെന്ന രാമപുരം പുഴ.

പുഴയ്ക്കക്കരെ ചെറുതാഴ്‌വാരം എന്ന ചെറുതാഴം. താഴ്‌വാരത്ത് നിറയെ വയലുകളും ആമ്പൽപ്പൂക്കളും. നെഞ്ചും വിരിച്ച് കോട്ടക്കുന്ന്. ചെരുവുകളിൽ നിറയെ മനകളും തറവാടുകളും. ഗോകർണത്ത് നിന്നും വിരുന്നെത്തിയ തുളു ബ്രാഹ്മണരുടെ പിൻഗാമികൾ. കുത്തുപന്തങ്ങളും ഭദ്രചൊട്ടയും വട്ടമുടിയും അണിഞ്ഞു രൗദ്ര നടനമാടുന്ന ഭഗവതിമാരുടെ ദൃശ്യങ്ങൾ.

കാഴ്ചകൾ ഒരുപാടങ്ങനെ കണ്ട് പിലാത്തറയിൽ എത്തി. പിലാത്തറയുടെ വടക്ക് കിഴക്കായി ഇനിയുമേറെ ഗ്രാമങ്ങളുണ്ട്. അതുവഴിയാണ് പോകേണ്ടത്.

മാതമംഗലം എന്നുമൊരു നല്ല കാഴ്ചയാണ്. എൺപതുകളുടെ തണുപ്പുണ്ടിവിടെ. യാത്ര തുടരുന്നിടത്ത് പാതയ്ക്കിരുവശവുമായി തണൽ മരങ്ങളുണ്ടായിരുന്നു. നീല വാനിലേയ്ക്ക് പടർന്നു പന്തലിച്ച് അവ അവർണനീയമായ ആകാശക്കാഴ്ചകളേകി.

ചാറി പെയ്യുന്ന കുഞ്ഞു മഴ കൂട്ടിനെത്തി. ഇളവെയിലും മഴയും ഒരു നല്ല രസക്കൂട്ടാണ്. റോഡിനിരുവശവും പാടങ്ങളും ചെറുതോട്ടുകളും കവുങ്ങുകളും വെയിലും മഴയും ചേർന്ന് മനസ്സിന്റെ അകത്തളങ്ങളിൽ മാഞ്ഞു തുടങ്ങിയിരുന്ന നല്ല ഓർമകളെ തിരികെ കൊണ്ടത്തന്നു.

ചന്തപ്പുരയും കണ്ടോന്താറും കൈതപ്രവും പിന്നിട്ടു.

പെരുമഴയത്ത് ചുവന്ന വെള്ളവുമായി നിറഞ്ഞൊഴുകുന്ന പൂർണപ്രഭാമയി വണ്ണാത്തിപ്പുഴ. വണ്ടിയിൽ നിന്നിറങ്ങി ഞാൻ അൽപനേരം ആ കാഴ്ച ഒന്നാസ്വാദിച്ചു. വണ്ണാത്തിപ്പുഴയുടെ തീരത്ത് തിങ്കൾ കണ്ണാടി നോക്കുന്ന നേരമല്ലെങ്കിൽ കൂടിയും അതീവ സുന്ദരിയായി അവൾ മലവെള്ളവുമായി പരന്നൊഴുകുന്ന കാഴ്ച കണ്ടു. മഴയിൽ നിന്ന് പൂർണയായവൾ കണ്ടൽ കാടുകളും കവുങ്ങുകളും തെങ്ങുകളും തലോടിയൊഴുകി. തീരത്ത് ഒട്ടേറെ പക്ഷിജാലങ്ങൾ, ചെറുജീവികൾ ഒക്കെ അവളുടെ കുളിര് പറ്റിക്കൂടി.

» മാടായിപ്പാറയിൽ നിന്നുള്ള വടുകുന്ദ ക്ഷേത്രത്തിന്റെ ദൃശ്യം

» മാടായിപ്പാറയിൽ നിന്നുള്ള ഒരു ദൃശ്യം

അവളെ വിട്ട പിരിയാൻ മനസ്സില്ലാ മനസ്സോടെ യാത്ര തുടർന്ന് മാതമംഗലത്തെത്തി.

റോഡിനിടത് വശത്ത് നീലിയാർ കോട്ടം. കൈതപ്രത്തിന്റെ തീച്ചാമുണ്ടി എന്ന ഗാനം മനസ്സിലെത്തി. ആർപ്പ വിളിക്കുന്ന പുരുഷാരത്തിനിടയിലൂടെ പാഞ്ഞു കുതിക്കുന്ന തീച്ചാമുണ്ടി തോറ്റവും പട്ടുകരിന്തിരി എരിയാതെ ഉടയോലത്തട മുറിയാതെ മേലേരി പുൽകുന്ന കോലവും കാണാക്കാഴ്ചകളായി കണ്ടു. എഴിമലയോളം കത്തി നിന്ന മേലേരിത്തീയും നട്ടുച്ചയ്ക്ക് കണ്ടു. എഴിമലയോളം മേലേയ്ക്കും എഴുകോലാഴം താഴേയ്ക്കും ഞാൻ പോയി.

മഴ മാറി നിറവെയിൽ ശോഭയിൽ ആകാശം തെളിഞ്ഞു കത്താൻ തുടങ്ങി.

മാതമംഗലത്ത് നിന്ന് സഹ്യന്റെ പ്രത്യന്ത പർവ്വതസ്ഥലിയായ എരമത്തേയ്ക്ക് യാത്ര തിരിച്ചു. മുതുകാട്ട് ശാസ്താവിനെ ഒന്ന് കാണണം. പാതകൾ ഒരുപാട് വളഞ്ഞു ചുറ്റി. നെട്ടുബാലിയൻ ദൈവം കുടികൊണ്ട മണ്ണുമ്മൽ വിശ്വകർമാവിന്റെ കന്നിരാശിയും എരമം മുച്ചിലോട്ടും കുന്നും പുറത്ത് നിന്നും ഒരു നോക്ക് കണ്ടു. താഴ്‌വാരത്ത് വയലുകൾ കണ്ടു. ഹരിത വനങ്ങൾ കണ്ടു. പോകുന്ന വഴി ഇടത് വശത്ത് ഒരു പഴയ അമ്പലമുണ്ടായിരുന്നു. കൃഷ്ണന്റെ അമ്പലം. വഴിയടയാളമായി ആൽമരം. പാതയിൽ വീണു കിടക്കുന്ന ആലിലകൾ.

കുന്നിൻ ചെരിവിൽ നിത്യമായ് വിലസുന്ന ശാസ്താവിന്റെ കാവ് കണ്ടു. കൊത്തുപണികളോടെ മനോഹരമായിരിക്കുന്ന വാതിൽ മാടങ്ങൾ കണ്ടു. പുരാതനമായ കാവ്. പുതുമ തീണ്ടിയിട്ടില്ല. ഭാഗ്യം. കാവിൽ തൊഴുതു. കാവിൻ മുന്നിലെ തോട് കണ്ടു. തോടിനപ്പുറം വയലും വരമ്പും.

കാവിന്നരികത്തെ വയൽ വരമ്പിൽ കുടി മുണ്ടും മുറുക്കിയുടുത്ത് നടന്നപ്പോൾ എൺപതുകളിലെ ഒരു സിനിമാപ്പാട്ട് പാടണം എന്ന് തോന്നി. തീർച്ചയായും ഞാൻ ജീവിക്കുന്നത് ഇരുപത്തിയൊന്നാം നൂറ്റാണ്ടിലല്ല എന്ന് അവിടുത്തെ കാഴ്ചകൾ എന്നെ കൊണ്ട് തോന്നിപ്പിച്ചു. വയലിന് ചുറ്റും ചെറുമലനിരകൾ. കുന്നിൻ പുറങ്ങൾ.

കണ്ട കാഴ്ചകളിൽ പൂർണ സംതൃപ്തിയോടെ ഞാൻ അവിടുന്ന് തിരിച്ചു. മലകളോടും മരങ്ങളോടും ഉപചാരം ചൊല്ലി പിരിഞ്ഞു. വണ്ടി കുറ്റൂർ പിന്നിട്ട വളഞ്ഞു പുളഞ്ഞ റോഡുകളിലൂടെ ഓലയമ്പാടി ലക്ഷ്യമാക്കി തിരിച്ചു. അതുവരെ കണ്ട മരങ്ങൾ നിറഞ്ഞ ചെറു കുന്നുകളാൽ ചമഞ്ഞൊരുങ്ങിയ കാട്ടുപച്ചപ്പ് പടർന്ന കയറി ഹരിതാഭം കൊണ്ട പ്രകൃതി അതിന്റെ മറ്റൊരു ഭൂമി ശാസ്ത്രത്തിലേയ്ക്ക് മാറുകയായി...

കയറി കയറിയെത്തിയത് മറ്റൊരു സ്വർഗത്തിലായിരുന്നു. പാറപ്പുറവും സ്വർണവർണ പുൽക്കൊടികളും ഒറ്റമരങ്ങളും കുറ്റിക്കാടുകളും കാട്ടുവള്ളിപ്പടർപ്പുകളും നിറഞ്ഞ സമതല ഭൂമി.

നീല വാനത്തിനു കീഴെ ദൂരെ നീലിമയോടെ തന്നെ കിഴക്കൻ പട്ടുമലകൾ.

റോഡിനരികെ ഒരൽപം വലതു വശത്തായി മീങ്കുളം അമ്പലം. മനോഹരമായ ഒരു കുഞ്ഞു ക്ഷേത്രം. നടയ്ക്കു മുൻപിലായി വച്ചിരിക്കുന്ന മഞ്ചാടിമണികൾ ഒരൽപ്പം വാരിയെടുത്തു. അകത്തു കയറി കണ്ണനെ കണ്ടു തൊഴുതു.

അമ്പലത്തിനു മുന്നിലായൊരു കുഞ്ഞുകാവുണ്ട്. എന്തൊരു ശാന്തതയാണവിടെ. തൂങ്ങിയാടുന്ന ചെറുവള്ളികൾ. കരിയിലപ്പുതപ്പ്. കാട്ടുമരപ്പച്ച. മനസ്സിനെയതിലൂടങ്ങനെ സ്വച്ഛമായി ഒഴുക്കി വിട്ടു. കുറുമ്പിലോട്ട് ഭഗവതിയും ചെക്കിച്ചേരി ഭഗവതിയും പെരുവാമ്പ ചാമുണ്ഡിയും വിഷ്ണുമൂർത്തിയും കുടികൊള്ളുന്ന കാവ്.

വെയിൽ വീഴുന്ന പാറപ്പുറത്ത് മരുപ്പച്ച പോലെ വിലസുന്ന കാവ്. അതിനടുത്തായി അമ്പലക്കുളം. വഴി നീളെ പലവർണപ്പൂക്കൾ നിറഞ്ഞ നടവഴി. ഒരൽപം ദൂരെയായി വില്വമംഗലം സ്വാമിയാരുടെ മഠം. ഉണ്ണികൃഷ്ണൻ അവിടെയൊക്കെ ഓടി നടക്കുന്നതായി കണ്ടു. മയിൽപ്പീലി പോലെ സുന്ദരമായ കൃഷ്ണ സങ്കൽപം.

നിറഞ്ഞ മനസ്സോടെ അമ്പലം വിട്ടകന്നു. സമതല ഭൂവിലൂടെ ഇത്തിരി ദൂരം കൂടെ പോയി. ഓടിയോടി പാടിച്ചാലിലെത്തി.

സഹ്യന്റെ മടിത്തട്ടിൽ ശാന്തമായുറങ്ങുന്ന മനോഹര ഭൂമിക. മഞ്ഞക്കിളി മല, കാളകാട്ടു മല തുടങ്ങിയ മലനിരകൾ. ഓടിയോടിയൊടുവിലെത്തിയത് കാളകാട്ടു മലയുടെ അടിത്തട്ടിലാണ്. കവുങ്ങുകൾ നിരനിരയായി നിൽക്കുന്ന പറമ്പിലെ നടവരമ്പിൽ കൂടി ചന്ദ്രനെല്ലൂർ അമ്പലത്തിലേയ്ക്ക് നടന്നു. കാലവർഷം പുൽകിയ നിറഞ്ഞ തോടുകളുടെ കിലുക്കം കാതിൽ കേട്ടു. ഒരായിരം നിഗൂഢതകളൊളിപ്പിച്ച് വച്ച് കൊടിയ മന്ത്രമൂർത്തികൾ കുടി കൊള്ളുന്ന കാളകാട് മല. കരിങ്കുട്ടിശാസ്ത്തൻ കളിച്ചു വളർന്ന ഇല്ലപ്പറമ്പ്. പഴയ അമ്പലങ്ങൾ. ഞാറു നട്ട ചന്ദ്രവയൽ. ഉയരുന്ന അട്ടഹാസങ്ങൾ. നിഗൂഢമായ ചില അനുഭവങ്ങൾ. രഹസ്യമായ കാഴ്ചകൾ.

ഉത്തരകോലസ്വരൂപത്തിൽ നിന്നും പതിയെ അള്ളടത്തിലേയ്ക്ക് കടന്നു. കാവേരി മലനിരകളും കർണാടക വനങ്ങളും ചെറുപുഴയും ആയന്നൂരും കമ്പല്ലൂരും തഴുകി കുത്തിപ്പാഞ്ഞൊഴുകുന്ന തേജസ്വിനി.

കൊള്ളാടത്തെ കൃഷിയിടങ്ങളിലെ പളുങ്ക് പോലുള്ള കുഞ്ഞു ജലാശയങ്ങളിൽ നിന്ന് ഊന്നും കവുങ്ങും തൊട്ടൊഴുകുന്ന മറ്റൊരു നീരൊഴുക്കുംചാലായി പുഴയുടെ കാണാക്കയങ്ങളിലലിയാൻ മോഹം തോന്നി. നീലേശ്വരത്ത് എത്തുമ്പോൾ ശാന്തഗംഭീരമായൊഴുകുന്ന പുഴയുടെ കിഴക്കൻ ദൃശ്യങ്ങൾ കണ്ടു മനം കുളിർത്തു. തീരത്ത് അനേകം തെയ്യക്കാവുകളുണ്ട്. ചന്ദ്രവയലും കമ്പല്ലൂർ കോട്ടയും ഇരുകരകളിൽ നിന്നും അൽപ്പം മാറി നില കൊള്ളുന്നു. വടക്കേ കരയിൽ കാക്കടവ് വനം. കാസറഗോഡൻ ഗ്രാമങ്ങൾ...

നേരം ഇരുട്ടിത്തുടങ്ങിയിരുന്നു. ഒരു കുഞ്ഞുയാത്രയുടെ മൊത്തം ഓർമകളേയും താലോലിച്ച് കൊണ്ട് വന്ന വഴിയിലൂടെ തന്നെ മടക്കം. മലയിറങ്ങി നിലാവണിഞ്ഞ സമതലങ്ങൾ പിന്നിട്ട് കുന്നിൻ ചെരുവുകളിലൂടെ വയൽപ്പരപ്പുകൾക്കിടയിലൂടെ വണ്ണാത്തിപ്പുഴയും വപ്രാനദിയും കടന്നു പഴയങ്ങാടിയിലേയ്ക്ക്.

കിള്ളയാറ് നിന്ന് കാര്യങ്കോട്ടേയ്ക്ക്

വടക്കോട്ട് വാനത്തിനു ശോഭ ഇത്തിരി കൂടുതലാണ്. അതവിടുത്തെ തെയ്യങ്ങളിലും കാണാം. ചെക്കിചമയങ്ങളും വെള്ളിപ്പൂക്കളും അണിയലങ്ങളിൽ തെളിഞ്ഞു നില്ക്കും. മുഖത്തെഴുത്തിലെ വർണങ്ങൾ കടുത്തു നിൽക്കും. വാചാലം പറച്ചിലിൽ തെയ്യത്തനിമ നിറഞ്ഞു നിൽക്കും. ഒരായിരം സ്ഥാനികരും പച്ചക്കച്ചും ചുരികയും ധരിച്ച അച്ചൻമാരും അകമ്പടിയായുണ്ടാവും. ഒരായുഷ്കാലം മുഴുവൻ അനുഷ്ഠാനത്തിനായി ഹോമിച്ച വെളിച്ചപ്പാടൻമാർ ചോന്നു നില്ക്കും.

അന്നത്തെ എന്റെ യാത്ര നീലേശ്വരത്തേയ്ക്കായിരുന്നു. നീലേശ്വരത്തെ കിഴക്കൻ കുന്നിൻമടക്കുകളിൽ വന്നു വീണ ചെന്തീക്കനൽ പോലെ ശോഭയേറും ചാത്തോത്ത് മാടത്തിലേയ്ക്ക്.

അന്നൊരു പുലർകാലത്ത് മാടായിയും പയ്യന്നൂരും കടന്ന് പച്ചക്കച്ചിന്റെ പകിട്ടേറിയ നാട്ടിലേയ്ക്ക് കാലെടുത്തു വച്ചു. കരിവെള്ളൂരിന്റെ കരിംതണൽ നുകർന്ന് മുന്നോട്ട് നീങ്ങിയപ്പോൾ വെളുക്കെ ചോക്കുന്ന അള്ളടത്തിന്റെ ആകാശം കാണാനായി. പാടാർകുളങ്ങര ഭഗവതിയുടെ ശോഭയേറിയ തിരുമുഖം പോലെ പുലർകാലത്തും അത് ജ്വലിച്ച് നിന്നു. കരക്കക്കാവിന്റെ കാവകം കണ്ടു. കരക്കക്കാവിലച്ചിയേയും രയരമംഗലത്ത് ഭഗവതിയേയും കണ്ടു. രയരമംഗലവും കൊട്ടുംപുറവും ഗുളികൻ തമ്പുരാന്റെ പിലിക്കോട് കഴിഞ്ഞ ദിക്കും കണ്ടു. പട്ടുവളത്തിൽ പരദേവത മൂവരുടെ ചിലമ്പാട്ടവും സ്വപ്നസമാനമായി കണ്ടു.

കൊതോളിക്കുന്നു കടന്ന് ചെറുവത്തൂരിന്റെ ഹരിതസീമയിലേയ്ക്ക് പതുക്കെ കടന്നു ചെന്നു. കൊവ്വലെത്തിയപ്പോൾ വലതുവശത്തായി കോട്ടപ്പുറം വാണ പരദേവതയുടെ ഇഡുവും മേലേരിയും പള്ളിയറയും കണ്ടു. അതിനടുത്തായി കണ്ട റോഡിലൂടെ അകത്തേയ്ക്ക് കയറി. ചെറുവത്തൂർ തറ വാണ വമ്പന്റെ അമ്പലം ലക്ഷ്യമാക്കി വണ്ടിയോടിച്ചു. ദക്ഷന്റെ തലയറുത്ത വൈരീഘാതകനായ വീരഭദ്രൻ തന്നെയാണ് ചെറുവത്തൂർ തറയിലെ വമ്പൻ തമ്പുരാനായ വൈരജാതൻ. ഇരിട്ടിക്കടുത്തുള്ള നടുവനാട്ട് കീഴൂര് നിന്ന് അള്ളടം നാട് പിടിക്കാൻ ഒരു പടനായരായി പുറപ്പെട്ട് കോലത്തിരി സൈന്യത്തെ മുന്നിൽ നിന്ന് നയിച്ച വീരയോദ്ധാവ്. വീരഭദ്രൻ മാനുഷികഭാവത്തിൽ കോലത്തിരിയെ സഹായിക്കാൻ പടയിൽ പങ്ക് ചേർന്നു എന്ന് ഐതിഹ്യം. കൂടെ ചങ്ങാതിമാരും.

നടുവനാട്ടു കീഴൂർ നിന്നും പടനയിച്ച് വന്ന ആ വീരയോദ്ധാവ് വാഴുന്ന കൊട്ടാരമാണ് ചെറുവത്തൂർ ക്ഷേത്രം. കളരി കനത്ത ചെറുവത്തൂർ തറ. ക്ഷേത്രപാലകനും വൈരജാതനും വേട്ടയ്ക്കൊരുമകനും പട പൊരുതിയ പൊയ്ത്ത് നിലങ്ങൾ. തെക്കേൻ കൊല്ലത്ത് നല്ല പട്ടുവാണിഭത്തെരുവിൽ വട്ടാലിൻ മുരട്ട് കണ്ട് മൂവരും കൈ പിടിച്ച് വടക്ക് വന്ന് പയ്യന്നൂർ പെരുമാളെയും തൊഴുത് പൂത്തലചുറ്റ മുറുക്കിക്കെട്ടി പൂക്കച്ചെട്ടി വാളും കയ്യിലേന്തി കോലത്തു സൈന്യത്തെ മുന്നിൽ നിന്ന് നയിച്ച് എട്ടു കുടക്കൽ പ്രഭുക്കൻമാരെ വെട്ടിയൊതുക്കി അള്ളടസ്വരൂപത്തെ ഒരു കുടക്കീഴിലാക്കിയ പൊയ്ത്ത് നിലങ്ങൾ. വടക്കേറെ ദൂരം പോയ വൈരജാതൻ തനിക്ക് ചേർന്നയിടം ലഭിക്കാത്തതിനാൽ തിരികെ നടുവനാട്ട് കീഴൂരേയ്ക്ക് പോകാൻ തീരുമാനിച്ചു. ചെറുവത്തൂർ തറയിലെത്തിച്ചേർന്ന ഈശ്വരന് ആ പ്രദേശം ഇഷ്ടമാവുകയും ചെറുവത്തൂർ കമ്പിക്കാത്ത് തറവാട്ടിലെത്തിച്ചേരുകയും ചെയ്തു. പഴയ കമ്പിക്കാത്ത് തറവാട് നിലനിന്നിരുന്ന സ്ഥലത്താണ് ഇന്നത്തെ ചെറുവത്തൂർ വീരഭദ്രക്ഷേത്രം.

ജീവിതത്തിലെ ഏറ്റവും ധന്യമായ പ്രഭാതങ്ങളിലൊന്ന്. അള്ളടനാടിന്റെ ആകാശം മീനവെയിലേറ്റ് ജ്വലിച്ച് നിന്ന നേരം.

ഏഴ ദിവസം കുച്ചിലിൽ ഇരുന്നു വ്രതം നോറ്റ് ആചാരക്കച്ച് ചുറ്റിക്കെട്ടി കൈവളകൾ ധരിച്ച് ചുരിക പിടിച്ച് പള്ളിക്കര കർണമൂർത്തി നടയ്ക്ക് മുന്നിൽ തൊഴുതു നിൽക്കുന്നു. ഓരോ നിമിഷം കഴിയുന്തോറും മുഖത്ത് വീരഭാവം കൂടി വരുന്നു. വൈരജാതൻ ഈശ്വരൻ ആ ശരീരത്തിലേയ്ക്കും മനസ്സിലേയ്ക്കും പരകായ പ്രവേശം നടത്തുകയാണ്. ഒടുവിൽ നിയോഗം വന്ന് നിലത്ത് കാലിട്ടടിച്ച് അതിരൗദ്രഭാവത്തിൽ കൊടിയില പിടിച്ചു വാങ്ങി ചാത്തോത്തേക്ക് ഓട്ടമായി.

കാര്യങ്കോട്ട് പുഴ കടന്നു പാഞ്ഞു വരവായി ഒരു ശക്തി വിശേഷം.

ചെറുവത്തൂർ നിന്ന് ഈശ്വരൻ ചാത്തോത്ത് വിരുന്നു വന്നിരിക്കയാണ്. ചങ്ങാതി വേട്ടയ്ക്കൊരുമകന്റെ അരികിലായി ശിവന്റെ വൈരത്തിൽ നിന്നും ജാതനായവനായ വീരഭദ്രനും നിലയുറപ്പിച്ചു. നാടിന്റെ മുഖം തെളിഞ്ഞു.

ഞാൻ ചാത്തോത്തമ്പലം ചുറ്റി നടന്നു. പല കാഴ്ചകൾ കണ്ടു. വലതു ഭാഗത്തായി വനശാസ്താവിന്റെ സ്ഥാനമുണ്ട്. മരങ്ങളാൽ ചുറ്റപ്പെട്ട മനോഹരമായ ഒരു സ്ഥലം. കാവിനകത്ത് ഒരു പ്രത്യേക അനുഭൂതിയാണ്.

ചാത്തോത്ത് മാടം. മാടത്തിനകത്ത് ഭഗവതിയും കിരാതസൂനുവും വൈരജാതനും ക്ഷേത്രപാലകനും. കത്തുന്ന വിളക്കുകൾക്ക് നടുവിലായി പീഠത്തിൽ പൂക്കച്ചട്ടി വാൾ. മാടത്തിന് മുന്നിലായ് തിരുമുറ്റത്തേയ്ക്ക് ഇറങ്ങാനുള്ള പടികൾ. ഇരു വശങ്ങളിലുമായി തൂക്കിയിട്ട ആലവട്ടങ്ങൾ. ഈശ്വരന്മാരുടെ പ്രൗഢി വെളിപ്പെടുത്തുന്ന ചമയങ്ങൾ. തിരുമുറ്റത്തിനു താഴെ പൊൻമുടി ചൂടിയ പാടാർകുളങ്ങര ഭഗവതിയുടെ ചാത്തോത്ത് ആലയിൽ ദേവസ്ഥാനം. അതിനുമപ്പുറം പരദേവത ഒറ്റക്കോലം മേലേരിയണയുന്ന സ്ഥലം.

ഉച്ച കഴിഞ്ഞു ഈശ്വരന്റെ തെടങ്ങി തോറ്റത്തിനു സമയമായി. കച്ചും ചുരികയും ധരിച്ച് ആചാരക്കുറി വരച്ച് ആലവട്ടത്തിന്റെയും വെഞ്ചാമരത്തിന്റെയും അകമ്പടിയോടെ തോറ്റം തുടങ്ങി. വീര്യം സ്ഫുരിപ്പിച്ച് ഉറച്ച ശബ്ദത്തിൽ അതിവേഗത്തിൽ വരവിളിയും തോറ്റവും കഴിഞ്ഞു ഉറഞ്ഞു വീണ കർണമൂർത്തിയെ ആചാരക്കാർ എടുത്തു കൊണ്ട് പോയി. അതൊരനുഭവം തന്നെയായിരുന്നു. ഈശ്വരന് എല്ലാം അതിവേഗത്തിലാണ്. തെളക്ക്ന്ന ബാല്യം ആണ്.

അടുത്തതായി കൊടിയില പിടി ആയിരുന്നു. പുള്ളിയാട ധരിച്ച് പൂത്തലക്കച്ചും ചുരികയുമണിഞ്ഞ് കുച്ചിലിൽ നിന്നും കർണമൂർത്തി പുറത്തെത്തി. വാദ്യത്തിന്റെ അകമ്പടിയോടെ പതുക്കെ മാടത്തിലെയ്ക്ക് അടുക്കുകയായി. പെട്ടെന്ന് ഉറഞ്ഞു കുതിച്ചോടി മാടത്തിന് മുന്നിലെത്തി

നായരച്ഛന്റെ കയ്യിൽ നിന്ന് കൊടിയിലയും കട്ടത്തിലയും പിടിച്ചു വാങ്ങി തിരിച്ച കുച്ചിലിലേയ്ക്കെത്തി.

സന്ധ്യയ്ക്ക് മുൻപേ വെള്ളാട്ടം പുറപ്പാടാണ്. വെള്ളാട്ടത്തിന്റെ പുറപ്പാട് നേരത്ത് ജനങ്ങളൊഴുകിയെത്തി. വെള്ളാട്ട സമയം ആവുമ്പോഴേയ്ക്കും ചെറുവത്തൂര് നിന്ന് ഈശ്വരന്റെ കമ്മളുമാരും നമ്പ്യാന്മാരും കുന്നിന് താഴത്ത് ലോകരുമെത്തി. വൈരജാതൻ ഈശ്വരൻ സാന്നിധ്യം ചെയ്ത മറ്റ് സ്ഥാനങ്ങളിലെ സ്ഥാനികരുമെത്തിയിരുന്നു.

അണിയറയ്ക്ക് പുറത്ത് മുറുകെ കൊട്ടുന്ന ചെണ്ടക്കാർ. അകത്ത് നിന്ന് ആ തേജോരൂപം പുറത്തേയ്ക്ക് വരുന്നതും കാത്ത് അക്ഷമരായി ജനങ്ങൾ. പെട്ടെന്ന് കാഴ്ചക്കാരെ ആവേശത്തിലാക്കി രാജകീയ ഭാവത്തിൽ തമ്പുരാന്റെ വെള്ളാട്ടത്തിന്റെ പുറപ്പാട്. ആലവട്ടവും വെഞ്ചാമരവും മുത്തുക്കുടയും അലങ്കാരങ്ങളും പന്തങ്ങളും. അരയുടയിൽ ചുറ്റിക്കെട്ടിയ പൂത്തലക്കച്ചും അതിനിടയിൽ ഇറുക്കിവച്ച ചുരികയും. പതിയെ പതിയ മാടത്തിനടുത്തേയ്ക്ക് വന്ന ശേഷം പെട്ടെന്ന് ഉറഞ്ഞോടി പീഠത്തിന് മുൻപിലെത്തി. വലം കയ്യും ഇടം കയ്യും താങ്ങാൻ കച്ച് കെട്ടിയ തെയ്യം കുലപതിമാർ. വലം കൈ താങ്ങുന്ന ചെറുവത്തൂർ ഗംഗൻ നേണിക്കം ആവേശത്തോടെ ഉറക്കെ തോറ്റം ചൊല്ലുകയാണ്.

"അള്ളടസ്വരൂപത്തിന്നും അഴകതായ് നിന്ന ദൈവം വമ്പരിൽ മുമ്പനാം തമ്പുരാൻ വൈരജാതൻ"

തോറ്റം ചൊല്ലുന്നതിനൊത്ത് വെള്ളാട്ടമുറഞ്ഞ് വാളും പരിചയും കൈയ്യേറ്റ് പീഠം കയറിയിറങ്ങി ക്ഷേത്രത്തിനകത്തേയ്ക്ക് കുതിച്ചു. തട്ട് കിട്ടുമെന്ന് ഭയന്ന് പുരുഷാരം നാലുപാടും ചിതറിയോടി. ഈശ്വരൻ താണ്ഡവമാടുന്ന ഏതാനും നിമിഷങ്ങൾ. ആവേശവും ഭക്തിയും ഭയവും കലർന്ന നേരം. മുൻപിൽ നിൽക്കുന്നവരെയെല്ലാം തട്ടിയകറ്റി എതിരില്ലാത്ത നായർ പട നയിക്കുകയാണ്. അരനാഴികനേരമെന്നാണ് കണക്ക്. അത്രയും ചുരുങ്ങിയ നേരം മാത്രമേ ഈശ്വരൻ അരങ്ങിലുണ്ടാവുകയുള്ളൂ. മൊഴി പറയുന്നതും വളരെ രൗദ്രഭാവത്തിലാണ്.

"കണ്ടുവാ കമ്പിക്കാത്ത് നായരേ"

ചുറ്റുമുള്ളവരെയെല്ലാം വിറപ്പിച്ച് നിർത്തിയ ശേഷമാണ് ഈശ്വരൻ മടങ്ങുക. പിറ്റേ ദിവസം പുലർന്ന് വരുന്ന നേരത്താണ് തെയ്യം പുറപ്പാട്. അതിമനോഹരവും വീര്യം സ്ഫുരിക്കുന്നതുമായ രൂപമാണ് ഈശ്വരന്. കൊതച്ച മുടിയും മാൻകണ്ണും കോഴിപ്പൂവും മുഖത്തെഴുത്തുമായി ഒരു കയ്യിൽ വെള്ളിക്കട്ടുത്തിലയും മറുകയ്യിൽ വർണപ്പലിശയുമായി കുതിക്കുന്ന വൈരജാതനീശ്വരൻ അള്ളടസ്വരൂപത്തിലെ ഒരു മായക്കാഴ്ചയാണ്. ഇത്രയും ഭംഗിയിൽ ഈശ്വരന്റെ കോലവും ചടങ്ങുകളും ചിട്ടപ്പെടുത്തിയ വണ്ണാൻ സമുദായത്തിലെ ആചാര്യർ ഏറെ പ്രശംസയർഹിക്കുന്നു.

വെള്ളാട്ടം പോലെ തന്നെ കോലവും അരനാഴികനേരമാണ്. കോലം കഴിഞ്ഞ് മുടിയഴിച്ച് കർണമൂർത്തി കുച്ചിലിലേയ്ക്ക് മടങ്ങിയ ശേഷവും നീലേശ്വരത്തിന്റെ പ്രഭാതത്തിൽ വല്ലാത്തൊരു ഭംഗിയും അനുഗ്രഹവും തങ്ങിനിൽക്കുന്നതായി തോന്നാറുണ്ട്.

നീലേശ്വരത്തെ കളിയാട്ടം കഴിഞ്ഞ് കാര്യങ്കോട് പുഴയും ഒളവറ പ്പുഴയും പെരുമ്പപ്പുഴയും കടന്ന് തിരികെ പഴയങ്ങാടിയിലേയ്ക്ക് മടങ്ങി യെത്തുമ്പോഴും അള്ളടനാടിന്റെ ആകാശം തന്നെ മനസിൽ തണൽ വിരിച്ചിരിപ്പുണ്ടായിരുന്നു.

കോലത്തുനാട്

കേരളത്തിലെ തന്നെ ഏറ്റവും മനോഹരമായ പ്രദേശങ്ങളിൽ ചിലത് വടക്കൻ കണ്ണൂരിലാണ്. ഏഴോം, പട്ടുവം, ചെറുകുന്ന്, മാടായി, ചെറുതാഴം, കുഞ്ഞിമംഗലം, മാതമംഗലം, രാമന്തളി, തുടങ്ങിയ ദേശ ങ്ങളുടെ ഭംഗി വാക്കുകളിലൊതുങ്ങില്ല. പഴയ ഏഴിമല രാജ്യം. പിന്നീട് കോലത്തുനാടെന്ന വിശാലമായ നാട്ടുരാജ്യമാവുന്നതിനു മുൻപേ തിരുവർകാട്ട് കാവിന് ചുറ്റുമുള്ള ഈ പ്രദേശങ്ങളായിരിക്കണം കോലം വാഴ്ചയുടെ ഭരണസിരാകേന്ദ്രവും മൂലസ്വരൂപവും. തൊട്ടടുത്തു തന്നെയുള്ള തളിപ്പറമ്പ്, പയ്യന്നൂർ, ചിറക്കൽ പ്രദേശങ്ങളും പ്രാദേശിക ചരിത്രത്തി ലും സാംസ്കാരിക മേഖലയിലും തിളങ്ങി നിൽക്കുന്നു. സാംസ്കാരിക കേര ളത്തിന് കനത്ത സംഭാവനകൾ നൽകിയ, ഇന്നും നൽകിക്കൊണ്ടിരി ക്കുന്ന നീലേശ്വരം, കാഞ്ഞങ്ങാട് മേഖലകളെയും വിസ്മരിക്കാനാകില്ല.

» മാടായിക്കാവിനടുത്തുള്ള ശ്രീ ചാലിൽക്കാവ്

എന്തുകൊണ്ടോ വടക്കൻ കേരളത്തിനപ്പുറത്തുള്ളവർക്ക് ഇന്നും അപ്രാപ്യമാണ് കോലത്തുനാട്. കേരളചരിത്രത്തിൽ പലപ്പോഴും വിസ്മരിക്കപ്പെടുന്ന വടക്കൻ ദേശങ്ങൾ അറബിക്കടലിന്റെ ചുടുകാറ്റ് കടക്കാതെ ഏഴിമലയുടെ തണലേറ്റ് ശാന്തഗംഭീര നിർവാണാവസ്ഥയിലിരിക്കുന്നു. പെരുവമ്പയാറും കിളിവള്ളിയാറും നീലിയാറും വണ്ണാത്തിപ്പുഴയും തേജസ്വിനിയും പയസ്വിനിയും ആദിതമിഴ് മൊഴിഞ്ഞ കാലം തൊട്ടിങ്ങോട്ട് തിരിഞ്ഞും മറിഞ്ഞുമൊഴുകുന്നു. നദികൾ പലതും ഗതിമാറിയൊഴുകി, പുതിയ ദേശങ്ങൾ രൂപപ്പെട്ടു. പുതിയ കാവുകളും കഴകങ്ങളും വന്നു. പുതിയ ദേവതമാർ പാറിപ്പറന്നു നാടു കയ്യേറ്റു. വെളിച്ചപ്പാടൻമാർ മഞ്ഞക്കുറിയെറിഞ്ഞ് എതിരേറ്റു. ആര്യർ നാടും അറബിക്കരയും താണ്ടി ദേവതമാർ വന്നു. തുളുനാട് കടന്നും കൊടകുമല കടന്നും ദൈവങ്ങൾ വന്നു.

സഞ്ചരിക്കുന്ന ദൈവങ്ങൾ ഇവിടുത്തെ മാത്രം പ്രത്യേകതയാണ്. മിക്കവരും കോലനൻമലനാട് കിനാക്കണ്ടെത്തിയവരാണ്. ഏഴിമലക്കടപ്പുറത്ത് പല മരക്കലങ്ങളടുത്തു. വന്നവർ വന്നവർ കാവായും കരയായും ഈ മണ്ണിൽ കുടിയിരുന്നു. കടൽ താണ്ടിയും കരതാണ്ടിയും പലവിധ മനുഷ്യരെത്തി. അവരൊക്കെ അവരുടെ ദൈവങ്ങളേയും കൊണ്ടുവന്നു. ഇവിടെയുണ്ടായിരുന്നവരും വന്നവരുമൊന്നായി, ഏകരാജ്യമെന്ന പേരുണ്ടായി. പല സംസ്കാരങ്ങളൊന്നു ചേർന്നു കോലവൻകടലായിന്നുമൊഴുകുന്നു. ചരിത്രം തോറ്റംപാട്ടായും വടക്കൻ പാട്ടായും ആർക്കും പിടിതരാതെ വപ്രാനദിയിലൂടെ വാകൈപ്പെരുംതുറൈ ചുറ്റിയൊഴുകുന്നു.

വള്ളുവനാട്ടിലും വടക്കുന്നാഥന്റെ മണ്ണിലും കുട്ടനാട്ടിലും മാത്രമായി ഒതുങ്ങിനിന്ന കേരളീയത പഴയകാല സിനിമകളിലൂടെയും സാഹിത്യകൃതികളിലൂടെയും ഉണ്ടാക്കിയെടുക്കപ്പെട്ടതിനാൽ വടക്കൻ കേരളത്തിന്റെ നാട്ടുഭംഗിയും ചരിത്രപ്രാധാന്യവും ഇന്നും വിസ്മരിക്കപ്പെടുന്നതും ഇവിടങ്ങളിൽ മാത്രമൊതുങ്ങി നിൽക്കുന്നതും അത്ഭുതമുളവാക്കുന്നില്ല. ഒരു കണക്കിന് അത് തന്നെയല്ലേ നല്ലത്, ഇവരൊക്കെയിങ്ങനെ ശാന്തമായൊഴുകട്ടെ.

നെയ്യിരയോട് കിളിവെള്ളിയോട്

നെയ്യിരയാർ എന്ന വളപട്ടണം പുഴയും കിളിവെള്ളിയാറെന്ന കുപ്പം പുഴയുമിടയിൽ വടക്കൻ കുറ്റി സ്വരൂപത്തിലും ചുഴലി സ്വരൂപത്തിലുമായി ചെറുകുന്ന്, കണ്ണപുരം, കല്യാശേരി, പട്ടുവം നാടുകൾ.

പട്ടുവം – വയലുകളും പുഴയും കുന്നുകളും തേങ്ങാക്കല്ലുകളും നിറഞ്ഞ നാട്. അതിവിശാലമായ ജൈവവൈവിധ്യങ്ങളുടെ നാട്. കാവുകളുടെ നാട്.

തെയ്യക്കാഴ്ചകളുടെ പരമകോടിയാണ് കുപ്പം പുഴയുടെ ഇരുകരകളും ചേർന്ന് നൽകുന്നത്. വർണാഭമായ കാഴ്ചകൾ വാരി വിതറുന്ന, ഒരായിരം നിറക്കൂട്ടുകൾ സൃഷ്ടിക്കുന്ന വാനവും നീർത്തടങ്ങളുമുള്ള എഴോം – പട്ടുവം ദേശങ്ങൾക്ക് തൊട്ടുകുറിയായി ജ്യോതി പോലെ വിളങ്ങുന്ന ശ്രീ വടക്കേ കാവ്.

പട്ടുവത്തിന്നും കിഴക്ക് വെള്ളി പോലെ വെട്ടിത്തിളങ്ങുന്ന വെള്ളിക്കീൽ പുഴയും അതിനും അൽപം തെക്കുകിഴക്ക് മാറി നീലിയാർ കോട്ടമെന്ന നിത്യഹരിത കാവും. കടമ്പേരി ചുഴലി ഭഗവതി ക്ഷേത്രവും മണകുളങ്ങരക്കാവും മാങ്ങാട് എരിഞ്ഞിക്കീലും നീലിയാർ കോട്ടവും കീഴറക്കൂലോവും പട്ടുവം മോലോങ്ങളും വടക്കേ കാവും തെക്കുമ്പാട് കൂലോവും കൂരാങ്കുന്നും ചിറക്കുറ്റി പുതിയ കാവും എടപ്പാറക്കാവുമൊക്കെ ഒരുവഴിയിൽ അല്ലെങ്കിൽ മറ്റൊരുവഴിയിൽ പരസ്പരം ബന്ധപ്പെട്ടു കിടക്കുന്നു. ഒന്നിൽ നിന്ന് മറ്റൊന്നിലേയ്ക്കുള്ള തുടർച്ച എവിടെയെങ്കിലുമൊക്കെയുണ്ടാവും. കുപ്പം പുഴയും വളപട്ടണം പുഴയുമിടയിലുള്ള ഈ പ്രദേശങ്ങളിൽ

അനവധി ദേവസങ്കേതങ്ങളുണ്ട്. പഴയ മുക്കാതം നാടുകളായ പട്ടുവം മുക്കാതവും ചെറുകുന്ന് മുക്കാതവും ഇവിടെയാണ്. അഗ്രശാല മാതാവ് എന്നുകൂടി അറിയപ്പെടുന്ന ചെറുകുന്നിൽ ശ്രീ അന്നപൂർണേശ്വരിയുടെ മഹാക്ഷേത്രവും ഇവിടെയാണ്. ആയിരം തെങ്ങിൽ ചാമുണ്ഡിയുടെ ആയിരം തെങ്ങ് കഴകം, പുതിയ ഭഗവതിയുടെ പ്രധാന സങ്കേതമായ കപ്പോത്ത് കാവ്, കുറ്റാക്കുരിരുട്ടിലെ ചൂട്ടുവെളിച്ചത്തിന്റെ പ്രഭയിൽ ഒരു മാസത്തോളം തെയ്യം നടക്കുന്ന നങ്ങോളങ്ങരക്കാവ്, കാരൻ ദൈവം വൈദ്യനാഥനായി വാണരുളുന്ന കാരങ്കാവ്, കല്ലൂരിക്കാവ്, കൂവപ്രത്ത് കാവ്, പറപ്പൂൽ കാവ്, നമ്പിക്കുളത്തുകാവ്, ചെറുകുന്ന് കുന്നിൻ മതിലകം ശിവക്ഷേത്രം, രണ്ടേക്കറോളം വള്ളിക്കെട്ടുള്ള കുറുവക്കാവ്, ചെറുകുന്ന് ഒതയമ്മാടം തുടങ്ങിയ വേട്ടയ്ക്കൊരുമകൻ ക്ഷേത്രങ്ങൾ, ഒറ്റക്കാഞ്ഞിരത്തട്ട്, പൊയിൽ ഭഗവതി ക്ഷേത്രം, ഇരിണാവ് തെക്കേ കളരി, വടക്കേ കളരി അങ്ങനെ ഒരുപാട് ദേവസങ്കേതങ്ങൾ.

ഉത്തരകേരളത്തിലെ തീയ്യസമുദായത്തിന്റെ പ്രധാന ആരാധനാമൂർത്തികളായ വയനാട്ട് കുലവൻ, കണ്ടനാർ കേളൻ, കതിവന്നൂർ വീരൻ തുടങ്ങിയ തെയ്യങ്ങളുടെ ആരാധന ഏറ്റവും വ്യാപകമായി ഉള്ള പ്രദേശങ്ങളിലൊന്നാണിവിടം. തെക്കൻ സംമ്പ്രദായത്തിലുള്ള കണ്ടനാർ കേളൻ ഏറ്റവും കൂടുതലുള്ളത് ഈ പ്രദേശത്താണ്. വയനാട്ട് കുലവൻ തറവാടുകളുടെ ആധിക്യത്താൽ തേങ്ങാക്കല്ല് മുട്ടി നടക്കാൻ പറ്റാത്ത നാട് എന്ന് ഒരു ചൊല്ലുണ്ട്. അത്രയും വേരുറച്ച ഒന്നാണ് ഈ ഭാഗങ്ങളിൽ കുലവന്റെ ആരാധന. കതിവന്നൂർ വീരനെന്ന മങ്ങാട്ട് മന്നപ്പന്റെ നാടാണിത്. ആ മലയാളവീരന്റെ കാലടിപ്പാടുകൾ പിന്തുടർന്നൊരു യാത്ര പോയാൽ അങ്ങ് ഏഴിനും മീതെ കുടകമലയിൽ ചെന്നെത്തി നിൽക്കും. ധാരാളം കുന്നിൻ പുറങ്ങളും വള്ളിക്കെട്ടുകളും നിറഞ്ഞ ഒരു നാട്ടിൽ നിന്നങ്ങ് മഴക്കാടുകൾ നിറഞ്ഞ കുടകമല വരെ. എന്തൊരു യാത്രയാണത്.

പട്ടുവം പെരുങ്കുലോം

പട്ടുവം വലിയ മതിലകം ക്ഷേത്രത്തെ പട്ടുവം പെരുങ്കുലോം എന്ന് കൂടി പറയാറുണ്ട്. മോലോത്ത് അതിപ്രാധാന്യത്തോടെ ആരാധിക്കുന്ന ദേവതയാണ് പട്ടുവത്തിന്റെ ദേശദേവത കൂടിയായ കുളുകിൽ ഭഗവതി. ശ്രീ രാജരാജേശ്വരി തന്നെയാണ് ഈ ദേവത എന്ന് പറയപ്പെടുന്നു. ഐതിഹ്യപ്രകാരം മണത്തണയിൽ നിന്ന് കാളകാട്ട് തന്ത്രിയുടെ കൂടെ വന്ന നാല് ദേവതമാരിൽ ഒരാളാണ് ശ്രീ ഭഗവതി. ആദ്യത്തെ ഭഗവതി മാങ്ങാട്ട് നീലിയാർ കോട്ടത്ത് സാന്നിധ്യം ചെയ്തപ്പോൾ രണ്ടാമത്തെ ഭഗവതി പറപ്പൂൽ പുറത്തെ ഭഗവതിയായി ശേഷിപ്പെടുകയും

മൂന്നാമത്തെ ഭഗവതി നമ്പിക്കുളത്ത് ശേഷിപ്പെട്ടുകയും നാലാമത്തെ ഭഗവതി കാളകാട്ട് ചന്ദ്രനെല്ലൂരിൽ വാസമുറപ്പിക്കുകയും ചെയ്തു. ഇവർ യഥാക്രമം നീലിയാർ ഭഗവതി, പുറത്തെ പോതി, കുളുകിൽ ഭഗവതി, ചന്ദ്രനെല്ലൂർ ഭഗവതി എന്നീ ദേവിമാരാണ്.

വലിയ മതിലകത്തിന് കിഴക്ക് ഭാഗത്ത് അൽപം ദൂരെയായി സ്ഥിതി ചെയ്യുന്ന നമ്പിക്കുളത്ത് കാവാണ് ആദ്യത്തെ സ്ഥാനം. താഴത്ത് വലിയ വീട്ടിലെ ഒരു തറവാട്ടമ്മയുടെ കൂടെ ഭഗവതി നമ്പിക്കുളത്ത് നിന്ന് പട്ടുവത്തേയ്ക്ക് എഴുന്നള്ളി എന്ന് ഐതിഹ്യം പറയുന്നു. അതിന് ശേഷം താഴത്ത് വലിയ വീട് തറവാട് നിലനിന്നിരുന്ന സ്ഥലം വലിയ മതിലകം ക്ഷേത്രമായി മാറി.

പട്ടുവം കാഞ്ഞിരത്തറയ്ക്ക് കീഴെ കുവളമരങ്ങളാൽ നിറഞ്ഞ നമ്പിക്കുളം എന്ന മനോഹരമായ പ്രദേശത്ത് ക്ഷത്രിയ നമ്പിമാരുടെ കോവിലകത്ത് സന്ധ്യാവന്ദനത്തിനായി താമസിച്ച കാളകാട്ട് തിരുമേനിയുടെ ഭാണ്ഡത്തിൽ നിന്നും ആ പ്രദേശം കണ്ട് ഇഷ്ടപ്പെട്ട ശ്രീ രാജരാജേശ്വരിയുടെ കണ്ണാടിത്തിടമ്പ് സ്വയം കുളത്തിലേയ്ക്ക് എടുത്തുചാടുകയും അവിടെ സാന്നിധ്യം കൊള്ളുകയും ചെയ്തു എന്ന് വിശ്വസിക്കപ്പെടുന്നു.

നമ്പിക്കുളത്ത് കാവിന്റെ പടിഞ്ഞാറ് ഭാഗത്തായി സ്ഥിതി ചെയ്യുന്ന ഒരു കുന്നാണ് കുളൂൽ കുന്ന്. അവിടെ ഒരു കോട്ട ഉണ്ടായിരുന്നു എന്ന് വിശ്വസിക്കപ്പെടുന്നു. ദേവിക്ക് ഏറ്റവും ഇഷ്ടപ്പെട്ട സ്ഥലമായ ഈ കുന്നിൽ പൂവിറുക്കാൻ പോകാറുണ്ടായിരുന്നതിനാലാണ് കുളൂൽ മാതാവ് എന്ന നാമധേയം വന്നത് എന്ന ഒരു കഥയുണ്ട്. എത്ര സുന്ദരമാണ് വടക്കൻ ദേവതാസങ്കൽപങ്ങൾ. തളിപ്പറമ്പാറ്റാലെ നടവന്ന ദേവി വയലുകളും കുന്നുകളും പച്ചപ്പട്ട് ചാർത്തിയ മനോഹരമായ മംഗലശേരി ദേശത്തിനരികെ കുളൂൽ കുന്നിന്റേയും നമ്പിക്കുളത്തിന്റേയും നാട്ടുഭംഗി കണ്ട് കൊതിച്ചാവണം അവിടെ കുടിയിരുന്നത്.

വലിയ മതിലകത്തിന് കിഴക്ക് ഭാഗത്തായി കുഞ്ഞിമതിലകം എന്ന ഒരു ക്ഷേത്രം കൂടിയുണ്ട്. പ്രാദേശികമായി വലിയ മോലോം കുഞ്ഞിമോലോം എന്നാണ് പറയുക. മതിലകം എന്നത് ലോപിച്ചായിരിക്കണം മോലോം എന്ന വാക്കുണ്ടായത്. വടക്കൻ കേരളത്തിൽ ഇത്തരത്തിൽ ഒരുപാട് മോലോങ്ങളുണ്ട്.

കുഞ്ഞിമതിലകത്ത്, തായ്പരദേവത എന്ന പേരിൽ അറിയപ്പെടുന്ന തിരുവർകാട്ട് ഭഗവതി/മാടായിക്കാവിലച്ചി ആണ് പ്രധാന ദേവത. രണ്ട് മോലോങ്ങളിലും ക്ഷേത്രപാലകന് കോലം ഉണ്ട്. കുഞ്ഞിമതിലകത്ത് തായ്പരദേവത ക്ഷേത്രപാലകൻ കോലങ്ങളാണ് ഒരുമിച്ച് പുറപ്പാടെങ്കിൽ വലിയ മതിലകത്ത് കുളുകിൽ മാതാവും ക്ഷേത്രപാലകനുമാണ്.

രണ്ട് മതിലകങ്ങളിലും പ്രധാന ഭഗവതിമാരുടെ കോലം കെട്ടേണ്ടത് ഒരു പെരുവണ്ണാൻ തന്നെയാണ്. ക്ഷേത്രപാലകൻ ഈശ്വരന്റെ കോലധാരിയും ഒരാൾ തന്നെ. കച്ചും വാൽക്കണ്ണാടിയും കൈവളയും വാങ്ങി ഭഗവതി കെട്ടേണ്ട പെരുവണ്ണാൻ ആചാരപ്പെട്ടപ്പോൾ ക്ഷേത്രപാലകന്റെ കോലധാരിയായ പെരുവണ്ണാൻ ആചാരപ്പെടേണ്ടത് കച്ചും ചുരികയും കൈവളയും വാങ്ങിയാണ്. കുളകിൽ ഭഗവതി, ക്ഷേത്രപാലകൻ എന്നീ തെയ്യങ്ങൾക്ക് പുറമെ പ്രധാനമായി വെളുത്ത ഭൂതത്തൊറീശ്വരൻ, കറുത്ത ഭൂതം, ചുവന്ന ഭൂതം എന്നീ തെയ്യങ്ങളുമുണ്ട്. ഭഗവതി കെട്ടുന്ന പെരുവണ്ണാൻ തന്നെയാണ് വെളുത്ത ഭൂതത്തിന്റെ കോലവും അണിയേണ്ടത്. അതുപോലെ ക്ഷേത്രപാലകൻ കെട്ടുന്ന പെരുവണ്ണാൻ കറുത്ത ഭൂതത്താറുടെ കോലവും അണിയണം.

ഭഗവതിയുടെ കോലധാരിയായ പെരുവണ്ണാൻ, ക്ഷേത്രപാലകന്റെ കോലധാരിയായ പെരുവണ്ണാൻ, പട്ടുവം പെരുമലയൻ എന്നിവർ ഒരുമിച്ചാണ് ഇരു മതിലകങ്ങളിലും തോറ്റത്തിന് നിൽക്കുക. കുഞ്ഞിമതിലകത്ത് മധ്യത്തിലായി ക്ഷേത്രപാലകന്റെ കോലധാരി നിൽക്കുകയും വലത്ത് ഭാഗത്ത് ഭഗവതിയുടെ കോലധാരിയും ഇടത് ഭാഗത്ത് പഞ്ചുരുളിയമ്മയുടെ കോലധാരിയായ പട്ടുവം പെരുമലയനും ആണ് നിൽക്കുക. വലിയ മതിലകത്ത് മധ്യത്തിൽ ഭഗവതിയും വലത് ഭാഗത്ത് പഞ്ചുരുളിയമ്മയും ഇടത് ഭാഗത്ത് ക്ഷേത്രപാലകനും നിൽക്കുന്നു. വലിയ മതിലകത്ത് കുളകിൽ ഭഗവതി പഞ്ചുരുളിയമ്മക്ക് വലം ഭാഗത്ത് സ്ഥാനം കൊടുത്തു എന്ന സങ്കൽപം ആവാം ഇതിന് പിറകിൽ. ആദ്യം കളിയാട്ടം തുടങ്ങുക കുഞ്ഞിമതിലകത്താണ്. കുഞ്ഞിമതിലകത്ത് കളിയാട്ടം തീരുന്നതിന്റെ തലേന്നാൾ ഭഗവതിയുടേയും ക്ഷേത്രപാലകന്റേയും ഇളംകോലം ഉണ്ട്. ആ സമയത്തും പെരുമലയന്റെ കുളിച്ച് വരവുണ്ട്. കുഞ്ഞിമതിലകത്ത് കളിയാട്ടം തീരുന്ന ദിവസം ഉച്ചയോടെ വലിയ മതിലകത്ത് കൊട്ടിപ്പാടി കളിയാട്ടം തുടങ്ങും. തായ്പരദേവത ക്ഷേത്രപാലകൻ കോലങ്ങൾക്ക് ശേഷം പാതി മായ്ച്ച മുഖത്തെഴുത്തോടെയാണ് പെരുവണ്ണാൻമാർ വലിയ മോലോത്ത് കളിയാട്ടം തുടങ്ങുക. അന്ന് തന്നെ വൈകുന്നേരത്തോട് കൂടി വടക്കേ കാവിലും കളിയാട്ടം തുടങ്ങും. അന്ന് രാത്രി പഞ്ചുരുളിയമ്മയുടെ തോറ്റവും ഉണ്ടാവും. ആദ്യ ദിവസത്തെ തോറ്റം ഉറയാറില്ല. എല്ലാ ദിവസവും രക്തചാമുണ്ടിക്കോലവും അവസാന രണ്ട് ദിവസങ്ങളിൽ ഒറ്റക്കോലവും ഉണ്ട്. പഞ്ചുരുളിയമ്മയുടെ ആലിന്മേൽ കേറ്റൽ ചടങ്ങോടെയാണ് വടക്കേ കാവിലെ കളിയാട്ടം അവസാനിക്കുന്നത്. വടക്കേ കാവിൽ മൂവർ എന്നറിയപ്പെടുന്ന പഞ്ചുരുളി, രക്തചാമുണ്ഡി, വിഷ്ണുമൂർത്തി എന്നീ കോലങ്ങൾ വടക്കേ കാവിലും കുളകിൽ ഭഗവതി, ക്ഷേത്രപാലകൻ,

മാഞ്ഞാളിയമ്മ, മായാകാളിയമ്മ, വേട്ടവചേകോൻ, വെളുത്ത ഭൂതം, കറുത്ത ഭൂതം, ചുവന്ന ഭൂതം, ഇളയമ്മ, മൂത്തമ്മ തുടങ്ങിയ തെയ്യങ്ങളും പൊറാട്ട് കോലങ്ങളും പനിയൻ കോലങ്ങളും വലിയ മതിലകത്തും കെട്ടിയാടപ്പെടുന്നു. കുഞ്ഞിമതിലകത്ത് തായ്പരദേവത, ക്ഷേത്രപാലകൻ, മാഞ്ഞാളിയമ്മ, മായാകാളിയമ്മ, വേട്ടവചേകോൻ, ഇളയമ്മ, മൂത്തമ്മ, വയനാട്ട് കുലവൻ തുടങ്ങിയ കോലങ്ങളാണ് ഉള്ളത്. പൊറാട്ട് കോലങ്ങളും പനിയൻ കോലങ്ങളും ഇവിടെയുമുണ്ട്. മാടായിക്കാവിലെ ആചാരസ്ഥാനികനും 8 വീട്ടിൽ 9 അച്ഛന്മാരിൽ പ്രധാനിയുമായ ഉണ്ണിയാരക്കുറുപ്പ് എന്ന നാട്ടാരച്ഛൻ ആണ് ഭഗവതിമാരുടെ പ്രതിപുരുഷൻ. പൂന്തോട്ടം പുടയൂർ ഇല്ലത്തിനാണ് വലിയ മതിലകത്തും വടക്കേ കാവിലും തന്ത്രം.

ഐതിഹ്യപ്രകാരം ഉള്ളത് പോലെ തന്നെ ചടങ്ങുകളിലും നീലിയാർ കോട്ടവുമായുള്ള ബന്ധം കാണാം. കളിയാട്ടത്തോടനുബന്ധിച്ച് ഭഗവതിയുടെ തിരുവായുധവുമായി ഉണ്ണിയാരകുറുപ്പ് നീലിയാർ കോട്ടത്തേയ്ക്ക് നടന്നുപോകുന്ന ഒരു ചടങ്ങുണ്ട്. കോട്ടമറിയിക്കൽ എന്നാണ് ഇതിനെ പറയുക.

ഇവിടുത്തെ പൂരോത്സവവും പ്രശസ്തമാണ്. പഴയ കാലത്ത് ആനപ്പുറത്ത് എഴുന്നള്ളത്ത് ഉണ്ടായിരുന്നു എന്ന് പറയപ്പെടുന്നു. പൂരവുമായി ബന്ധപ്പെട്ട ക്ലൂൽ മാതാവിന്റെ എഴുന്നള്ളത്ത് ഒരു ദേശസഞ്ചാരം തന്നെയാണ്. പൂരക്കളി കളിക്കാനുള്ള അവകാശം പട്ടുവത്തെ 32 വീട്ടിൽ മണിയാണിമാർക്കാണ്. കോൽക്കളി നമ്പ്യാൻമാർക്കും.

കുംഭം 17 ന് വലിയ മതിലകത്ത് ക്ലൂൽ മാതാവിന്റേയും ക്ഷേത്രപാലകന്റേയും തിരുമുടി താഴുന്നതോടെയാണ് പട്ടുവം കളിയാട്ടത്തിന് സമാപനമാകുക.

പട്ടുവം ശ്രീ വലിയ മതിലകത്ത് രാജരാജേശ്വരിയായി രാജസ ഭാവത്തിലും കുഞ്ഞിമതിലകത്ത് സാത്വിക ഭാവത്തിലും വടക്കേ കാവിൽ താമസ ഭാവത്തിലും ദേവീചൈതന്യം വിളയാടുന്നു എന്ന് പറയപ്പെടുന്നു.

ശ്രീ വടക്കേക്കാവ്

വടക്കോട്ട് തൃക്കൺ പാർത്തിരിക്കും പഞ്ചുരുളിയമ്മ. പട്ടുവോത്തര കാനനത്തിൽ വാണരുളുന്ന മാതാവ്.

കുംഭം പതിനാറ് പട്ടുവക്കാർക്ക് ഒരു വികാരമാണ്. അന്നാണ് അവരുടെ മാതാവിനെ കോലത്താൽ ദർശിക്കാൻ കഴിയുന്നത്.

» പഞ്ചുരുളിയമ്മ

തുളുനാട് അയിമ്പത്തിരുകാതത്തിലെ ധർമസ്ഥലത്ത് നിന്നും വന്ന മാതാവ് തളിയിലപ്പനെയും പയ്യന്നൂർ പെരുമാളെയും കൂടിക്കണ്ട് മാടായി തിരുവർകാട്ട് വടക്കേം ഭാഗത്തെത്തി. മാടായിക്കാവിലമ്മയോടും വട്ടുകുന്ദ തേവരോടും യോഗനിദ്ര കൊണ്ട് അവിടുന്ന് കിഴക്കോട്ട് യാത്ര തിരിച്ചു. എഴോത്തപ്പനും വയത്തൂർ കാലിയാരുമായി വായും മനസ്സും ചേർന്ന് കോട്ടക്കീൽ കടവത്തെ കക്കറ ഭഗവതിയെയും കണ്ടു വണങ്ങി പട്ടുവം കടവിലെ കാക്ക വിളക്ക് ലക്ഷ്യമാക്കി പുഴ നീന്തിക്കടന്ന് കരകയറി. ഉഗ്രരൂപിയായ മാതാവ് ശ്രീ വരാഹി വലിയ മതിലകത്ത് ഇരുന്നരുളുന്ന രാജരാജേശ്വരി കൂളൂൽ മാതാവിന്റേയും മടിയൻ ക്ഷേത്രപാലകന്റെയും സന്നിധിയിലേയ്ക്ക് ഓടിക്കയറി തനിക്കിരിക്കാൻ സ്ഥാനം ചോദിച്ചു. ഇതിനെ അനുസ്മരിപ്പിക്കുന്നതാവാം പെരുമലയന്റെ കുളിച്ച വരവിനു ശേഷം തോറ്റത്തിന്റെ ചുവപ്പ് ഉടുത്തു കെട്ടി വലിയ മതിലകത്തേയ്ക്കുള്ള ഓട്ടം. തന്റെ നിവേദ്യം അശുദ്ധമാക്കുകയും നാട്ടിൽ ഉപദ്രവങ്ങൾ ഉണ്ടാക്കുകയും ചെയ്യുന്ന മായാമലരമ്പൻ എന്ന അസുരനെ വകവരുത്തിയാൽ സ്ഥാനം നൽകാമെന്നു രാജരാജേശ്വരി കൂളൂൽ മാതാവ് അരുളിച്ചെയ്തു. അങ്ങനെ അസുരനെ ശൂലം കൊണ്ട് കുത്തിയൊഴിപ്പിച്ച് പഞ്ചുരുളിയമ്മ പട്ടുവം മുക്കാതം നാട്ടിൽ ശ്രീ വടക്കേ കാവിൽ സ്ഥാനം നേടി. വടക്കേ കാവ് ഊരാളന്മാരായ താഴത്ത് വീട്ടിൽ തറവാട്ടുകാരുടെ ധർമദൈവങ്ങളായ വിഷ്ണുമൂർത്തിയും രക്തചാമുണ്ഡിയും വടക്കേ കാവിൽ ഉപദേവതമാരായി സ്ഥാനം നേടിയിട്ടുണ്ട്. കൂളൂൽ മാതാവും മടിയൻ ക്ഷേത്രപാലകനും വടക്കേ കാവിൽ മൂവരും എന്ന ഖ്യാതിയും നേടി. കുളൂൽ മാതാവിന്റെ കൽപന പ്രകാരം സാത്വികമായ രീതികളാണെങ്കിലും താമസഭാവത്തിൽ ദേവി പട്ടുവോത്തര കാനനത്തിൽ സ്ഥിതി ചെയ്യുന്നു. ദേവിയുടെ തിരുനടനത്തിൽ രാജസ സാത്വിക താമസ ഭാവങ്ങൾ ഒരുപോലെ തെളിഞ്ഞുകാണാം.

പട്ടുവത്ത് നിന്ന് ചെറുകുന്ന് കൂരാങ്കുന്ന് എത്തിയ ദേവി പ്രദേശവാസികളെ ശല്ല്യം ചെയ്യുന്ന ഒരു അസുരനെ വധിക്കുകയും അതിരൗദ്ര ഭാവത്തിൽ അവിടെ കുടിയിരിക്കുകയും ചെയ്തു. അവിടെ നിന്ന് പിന്നീട് ചെറുകുന്ന് പോനാപ്പള്ളിയിലേയ്ക്കും കല്ല്യാശ്ശേരി വയലിലെ കോട്ടത്തെയ്ക്കും (ചിറക്കുറ്റി പുതിയ കാവ്) ദേവി എഴുന്നള്ളി.

പട്ടുവത്ത് അമ്മയുടെ കോലം ധരിക്കാൻ അവകാശം പട്ടുവം പെരുമലയൻ എന്ന ആചാരക്കാരന് ആണ്. ചിറക്കൽ കൂലോത്ത് നിന്ന് വെള്ളിപ്പിടിക്കത്തിയും വെള്ളികെട്ടിയ മാലയും കൈവളകളും വെള്ളിച്ചൂരലും ഏറ്റുവാങ്ങിയാണ് ആചാരപ്പെടൽ. പട്ടുവം പെരുമലയനായി ആചാരപ്പെട്ടാൽ ചുരുക്കം ചില കോലങ്ങൾ ഒഴിച്ച് ബാക്കിയൊന്നും കെട്ടിയാടാൻ പറ്റില്ല. വടക്കെ കാവിലെ പഞ്ചുരുളിയമ്മ കൂടാതെ

വടക്കേ കാവ് ഊരാളൻമാരായ താഴത്ത് വീട്ടിലെ നടയിലെ കളിയാട്ടത്തിൽ വിഷ്ണമൂർത്തി ഒറ്റക്കോലം, ചിറ്റോത്ത് തറവാട്ടിൽ ഒറ്റക്കോലം, തേണങ്കോട്ട് തറവാട്ടിൽ വിഷ്ണമൂർത്തി എന്നിവയാണ് കെട്ടിയാടാവുന്ന കോലങ്ങൾ.

കുംഭം പതിനഞ്ച് വൈകുന്നേരത്തോടെ പട്ടുവം വടക്കേ കാവിൽ കളിയാമ്പള്ളി തോറ്റം. ഇവിടെ രക്തചാമുണ്ഡിയ്ക്ക് കളിയാമ്പള്ളി എന്ന പേര് കൂടിയുണ്ട്. കളിയാമ്പള്ളി തോറ്റത്തിനിടെ പെരുമലയൻ കാവിലേയ്ക്ക് വന്നു കുളിച്ച വരവിനുള്ള വസ്തുക്കൾ കയ്യേറ്റു മടങ്ങും. കൊടിയിലയിലാണ് ഇവ നൽകുന്നത്. ദേവി ആവേശിക്കപ്പെടുന്നതിന്റെ ആദ്യ ലക്ഷണങ്ങൾ ഇവിടെയാണ് കണ്ടു തുടങ്ങുക. കൊടിയില ഏറ്റുവാങ്ങി തല മൂടി കാലുകൾ നിലയുറക്കാത്ത പോലെ മെല്ലെ ആടിയാടിയാണ് പോകുക. വിഷ്ണമൂർത്തി ഒറ്റക്കോലം തോറ്റത്തിന്റെ അവസാനത്തോടെ കുളിച്ച വരവിനുള്ള ഒരുക്കങ്ങൾ പൂർത്തിയാവും. പെരുമലയന്റെ തറവാടിനോട് ചേർന്നുള്ള കുച്ചിലിൽ ആണ് വ്രതത്തിന്റെ ഭാഗമായി നാൽപ്പത്തിയൊന്നു ദിവസം അദ്ദേഹം കഴിയേണ്ടത്. ഇതിനകത്ത് ദേവിയുടെ പട്ടും പൂജയ്ക്ക് വച്ചിട്ടുണ്ടാകും. ക്ഷൗരം ചെയ്ത് കുളിച്ച് ദേഹമാകെ മഞ്ഞൾ പൂശി തലമൂടി കുച്ചിലിൽ നിന്ന് കാവിലേയ്ക്കുള്ള വരവിനെയാണ് പെരുമലയൻ കുളിച്ച വരവ് എന്ന് പറയുന്നത്. ഭുവനി മാതാവിനെ വരവേൽക്കാൻ നാടൊരുങ്ങിയിട്ടുണ്ടാവും. ശരീരം മുഴുവൻ മൂടി വെള്ളിപ്പിടിക്കത്തിയേന്തി ആടിയാടിയാണ് വരവ്. വലിയ മതിലകം ക്ഷേത്രത്തിനടുത്ത് വച്ച് ഉറഞ്ഞ് കാവിലേയ്ക്ക് ഓടാൻ തുടങ്ങും. താത്കാലികമായുണ്ടാക്കിയ അണിയറയ്ക്കുള്ളിൽ ദേവി ചൈതന്യം ആവാഹിക്കപ്പെട്ട പെരുമലയനെ സഹായികൾ പിടിച്ചു നിർത്തി തോറ്റവേഷം ധരിപ്പിക്കും. ചുവപ്പുടുത്ത ശേഷം കാവിന്റെ മുന്നിലെത്തി ആടിയുലഞ്ഞു രൗദ്രഭാവത്തോടെ നിൽക്കുന്ന പെരുമലയനെ കാണുമ്പോൾ അറിയാതെ കൈകൂപ്പി നിന്ന് പോവും. ഉയരുന്ന വാദ്യത്തോടെ വലിയ മതിലകത്തേയ്ക്ക് ഓടിയെത്തിയ ഉടനെ ഭക്തിപൂർവ്വം പിടിച്ച് നിർത്തിയ ശേഷം അവിടെ നിന്ന് കൊടിയിലയിൽ നൽകുന്ന ചന്ദനവും കുങ്കുമവും ചേർത്ത് കുറി വരപ്പിക്കും. തോറ്റം തുടങ്ങുന്നതിന് മുൻപേ രാജരാജേശ്വരിയുടെ അനുഗ്രഹവും സമ്മതവും തേടുന്നതാണ് ഇത്. തിരിച്ചു വന്ന ശേഷം പഞ്ചുരുളിയമ്മ കുടിയിരിക്കുന്ന ആൽമരത്തറയിലേയ്ക്കോടിക്കയറി ആലിനെ സ്പർശിച്ച് തിരിഞ്ഞു നിന്ന് കാൽപാദം തറയിലടിച്ച് അതിരൗദ്രഭാവത്തിൽ ഒരു നിൽപ്പുണ്ട്. കാവിൻ മുന്നിലെത്തി കൊടിയില പിടിച്ചു വാങ്ങി ശാന്തയായ ശേഷം തോറ്റത്തിനു നിൽക്കും. പെരുമലയൻ വലിയ മതിലകത്ത് നിന്നും തിരിച്ചു വരുന്ന സമയത്ത് തന്നെയാണ് മേൽശാന്തി അവിടെ നിന്നും തിരുവായുധം

എഴുന്നള്ളിച്ചുകൊണ്ട് വരുന്നത്. വലിയ മതിലകത്ത് നിന്ന് ഭക്തിപു രസ്സരം തിരുവായുധം എഴുന്നള്ളിച്ച് കൊണ്ട് ഉറഞ്ഞോടി വരുന്ന അപൂർവ കാഴ്ച. ഭക്തിപാരവശ്യത്താലും ദേവീ കടാക്ഷത്താലും ആവേ ശകരമായ ഒരു ചടങ്ങ് തന്നെയായി മാറുന്നു അതും. കൂളൂർ മാതാവിന്റെ ആയുധം തന്നെയാണ് തായ്പരദേവതയ്ക്കും പഞ്ചുരുളിയമ്മയ്ക്കും.

പട്ടുവത്ത് പഞ്ചുരുളിയമ്മ തോറ്റത്തിന് തലപ്പാളിപ്പട്ടം കെട്ടുന്ന പതിവില്ല. കൈകളിൽ അണിയലങ്ങളും ഇടാറില്ല. കുരാങ്കുന്നിൽ തലപ്പാ ളിയ്ക്ക് മീതെ ചെക്കിത്തണ്ടയും കൈകളിൽ അണിയലങ്ങളും പതിവുണ്ട്.

വടക്കേ കാവിലെ പഞ്ചുരുളിയമ്മയുടെ കുളിച്ച തോറ്റം അവിസ്മര ണീയമായ, അനിർവചനീയമായ ഒരനുഭവം ആണ്. ഈ കാഴ്ച്ചയെ അനശ്വരമായി മനസ്സിൽ നിലനിർത്തുന്ന ഘടകങ്ങൾ പലതാണ്. നാൽപത്തിയൊന്നു നാളത്തെ വ്രതശുദ്ധിയോടെയുള്ള സ്വാഭാവിക മായ വെളിച്ചപ്പെടൽ, വനമാല കൈകളിൽ പിടിച്ച കൊണ്ടുള്ള നയന മനോഹരമായ കലാശങ്ങൾ, ചീനിക്കുഴലിൽ തീർക്കുന്ന വിസ്മയങ്ങൾ, രൗദ്രമെന്നോ ശാന്തമെന്നോ നിർവചിക്കാൻ മനുഷ്യന് അസാധ്യമായ ഭാവപ്പകർച്ചകൾ. എപ്പോഴാണ് രൗദ്രതയേറുക എന്നത് പറയുക സാധ്യ മല്ല. ചിലപ്പോൾ തോറ്റം വല്ലാതെ ഉറയാം. ചിലപ്പോൾ കോലം പുറപ്പാട് നേരത്ത് അതിരൗദ്രഭാവത്തിലാവാം. കാലുകൾ നിലത്തുറക്കാത്ത പോലെ ആടിയാടി വീണുള്ള ഒരു പ്രത്യേക കലാശമാണ് ദേവിക്ക്. കനലാടിയിൽ ദേവി ആവേശിക്കപ്പെടുന്ന ആദ്യ ഘട്ടം മുതൽ തന്നെ ഇത് പ്രകടമായിത്തുടങ്ങും. രാജകീയ ഭാവത്തിന്റെ എല്ലാ പ്രൗഢിയും ഇവിടെ കാണാം. പുറത്തട്ട് വച്ച തെയ്യങ്ങൾക്കുണ്ടാവാറുള്ള തെക്കനാ ട്ടം കലാശത്തിന്റെ സൗന്ദര്യം കാണണമെങ്കിൽ പട്ടുവത്ത് വരണം.

കേൾക്കാൻ ഏറെ ഇമ്പമുള്ള തോറ്റം പാട്ട് പാടിപ്പൊലിച്ചുറയു ന്നത് ഭക്തിനിർഭരമായ ഒരു കാഴ്ചയാണ്. ഒരു കവിതയെന്ന പോലെ, സാത്വിക ഭാവത്തിൽ പാടിയുറയുന്നത് എഴുതിയൊപ്പിക്കാൻ വയ്യ. മലയാളത്തിലും സംസ്കൃതത്തിലുമുള്ള സ്തുതികൾക്ക് ശേഷം ഒന്നാം പൊലിച്ചപാട്ട് കഴിഞ്ഞ് രണ്ടാം പൊലിച്ച് പാട്ടെത്തുമ്പോഴേയ്ക്കും ഭക്തി പാരവശ്യത്തിലെത്തുന്ന മുഖങ്ങളെയെങ്ങും കാണാനാകും. ദേവസങ്കേത ത്തിന്റെയും കനലാടിയുടെയും എല്ലാ വിശുദ്ധിയും സമ്മേളിക്കുന്ന കാഴ്ച. വനമാല പിടിച്ച കൊണ്ടുള്ള തോറ്റത്തിന്റെ തെക്കനാട്ടം കലാശവും ചെണ്ടയും ചീനിക്കുഴലും തീർക്കുന്ന നാദപ്രപഞ്ചവും അതീവ ഹൃദ്യമാണ്.

ആലിൽ ദേവി കുടിയിരിക്കുന്നു എന്ന സങ്കൽപ്പത്തിൽ ആലിൽ നിന്ന് ഇറക്കൽ എന്ന ചടങ്ങോടെ തോറ്റം അവസാനിക്കുന്നു. അതിന് ശേഷം അർധരാത്രിയോട് കൂടിയാണ് രക്തചാമുണ്ഡിയുടെ പുറപ്പാട്. അവസാന ദിവസത്തെ രക്തചാമുണ്ടിയ്ക്ക് ഇവിടെ കളിയാംവള്ളി

എന്നാണ് പറയുക. വലിയ പുറത്തട്ടും ചമയങ്ങളും മാൻകണ്ണും പ്രാക്കും മുഖത്തെഴുത്തുമായി ഗംഭീരമായ രൂപഭാവാദികളാണ്. ആദ്യത്തെ മൂന്ന് ദിവസം ഒലിയുടുപ്പും തേപ്പും കുറി മുഖത്തെഴുത്തുമായാണ് കോലത്തിന്റെ പുറപ്പാട് എങ്കിലും പൂർണപ്രഭയോടെ വെട്ടിത്തിളങ്ങുന്ന തേജോരൂപമായാണ് അവസാന ദിവസത്തെ രക്തചാമുണ്ഡി. ചൂട്ടുവെളിച്ചങ്ങളുടെ അകമ്പടിയോടെയുള്ള തെക്കനാട്ടത്തിന്റെ ഭംഗി ഇവിടെയും കൺകുളിർക്കെ ദർശിക്കാവുന്നതാണ്. കലാശത്തിന് ശേഷം ഏറ്റമുടി സങ്കൽപ്പത്തിലുള്ള ഒരു ചമയം പുറത്തട്ടിന് മേലെ വച്ച് താഴത്ത് വീട്ടിൽ തറവാട്ടിലേയ്ക്ക് വലിയ മതിലകം വഴി പോകും. കുഞ്ഞിമതിലകവും വടക്കേ കാവും വലിയ മതിലകവും ക്ഷേത്രക്കുളവും മുന്നിലായുള്ള വയനാട്ട് കുലവൻ കോട്ടവും അതിനപ്പുറമുള്ള വയലുകളും താഴത്ത് വീട് തറവാടും വാദ്യഘോഷങ്ങളൊന്നുമില്ലാതെ നിശബ്ദമായി രാവുറച്ച ഇരുളണഞ്ഞ നേരത്തെ ചാമുണ്ഡിയുടെ ആ സഞ്ചാരവും വിവരണാതീതമായ കാഴ്ചകളാണ്. ചാമുണ്ഡിയുടെ തെയ്യക്കോലത്തിന് ശേഷം വലിയ മതിലകത്ത് വെളുത്ത ഭൂതം, ചുവന്ന ഭൂതം, കറുത്ത ഭൂതം എന്നീ മൂന്ന് ഭൂതത്താൻമാരുടെ പുറപ്പാടാണ്. ഭൂതത്താന്മാരെ കാണാൻ ഒട്ടേറെ ആളുകൾ ആവേശപൂർവം വന്നെത്തിയിട്ടുണ്ടാകും.

വടക്കേ കാവ് ഊരാളന്മാരായ താഴത്ത് വീട്ടിൽ തറവാട്ടിലെ പ്രധാന ആരാധന മൂർത്തികളാണ് വിഷ്ണുമൂർത്തിയും രക്തചാമുണ്ഡിയും. അവിടെ നടക്കാറുള്ള നടയിൽ കളിയാട്ടത്തിന് വിഷ്ണുമൂർത്തിയുടെ ഒറ്റക്കോലവും രക്തചാമുണ്ഡിയുമാണ് പ്രധാന കോലങ്ങൾ. അതിനോടനുബന്ധിച്ച് വയനാട്ട് കുലവൻ കോട്ടത്ത് വയനാട്ട് കുലവനും ഉണ്ടാവാറുണ്ട്.

വടക്കേ കാവിലെ കളിയാമ്പള്ളിക്കും ഒറ്റക്കോലത്തിനും ശേഷം കാലത്ത് പത്ത് മണിയോടുകൂടി പഞ്ചുരുളിയമ്മയുടെ പുറപ്പാട് ആണ്. ചോതി പോലെ വിളങ്ങുന്ന തിരുമുഖത്തോടെ, തിളങ്ങുന്ന ആടയാഭരണങ്ങളോടെ, തെയ്യപ്രപഞ്ചത്തിലെ ഏറ്റവും നയനഹാരിയായ രൂപങ്ങളിലൊന്നായി തിരുപ്പുറപ്പാട്. രുദ്രമിനുക്ക് എന്ന മുഖത്തെഴുത്തിന്റെ പ്രഭയിൽ തൊഴുകൈകളോടെ നിൽക്കുന്ന ആബാലവൃദ്ധം ജനങ്ങളെ അനുഗ്രഹിച്ച ശേഷം രാത്രി പത്തോട് കൂടി ആലിൽ കയറ്റൽ എന്ന ചടങ്ങോടെ പുറത്തട്ട് അഴിക്കുന്നു. ഒരു തവണ കണ്ടവർ പിന്നൊരു തവണയും ഒഴിവാക്കാതെ വന്നെത്താൻ ശ്രമിക്കുന്ന അപൂർവ കളിയാട്ടങ്ങളിലൊന്ന്. പുഴകൾ കടന്ന് പലദേശങ്ങളിലും പഞ്ചുരുളിയമ്മയുടെ കീർത്തി പരന്നൊഴുകിയിട്ടുണ്ട്. പലനാടുകളിൽ നിന്ന് ആ തിരുസ്വരൂപം ഒരു നോക്ക് കാണാനായി വന്നെത്തുന്ന അനേകായിരങ്ങളെ നമുക്ക് ദർശിക്കാനാവും. പഴയ കാലത്തിന്റെ അതേ വിശുദ്ധിയോടെ കളിയാട്ടം കൊണ്ടാടപ്പെടുന്ന സ്ഥലങ്ങളാണ് പട്ടുവം ശ്രീ വടക്കേ കാവ്,

കുഞ്ഞിമതിലകം വലിയമതിലകം ക്ഷേത്രങ്ങൾ. ഈ തനിമ നിലനിർത്തുന്നതിന് ആ നാട്ടുകാരേയും ബന്ധപ്പെട്ട ആൾക്കാരേയും അഭിനന്ദിക്കാതെ വയ്യ. ഇത്തരത്തിലുള്ള ആത്മാർത്ഥമായ സമീപനങ്ങൾ ഈ മൂന്ന് സ്ഥാനങ്ങളേയും ചൈതന്യവത്താക്കുന്നു.

അനുഗ്രഹപ്പെരുമഴ പെയ്തൊഴിഞ്ഞ സന്തോഷത്തോടെ, അടുത്ത കൊല്ലം കൂടാമെന്ന ശുഭാപ്തി വിശ്വാസത്തോടെ മടങ്ങുന്ന ജനങ്ങളെ കാണാം. ഇതിനു ശേഷം തൊട്ടപ്പുറം വലിയ മതിലകത്ത് കൂളൂൽ മാതാവിന്റെയും ക്ഷേത്രപാലകന്റെയും ഇളംകോലങ്ങളും പുലർച്ചെ കോലവും ഉണ്ട്. പട്ടുവം മുക്കാതം നാടിന്റെ ദേശാധിപതിയായ മാതാവിന്റെ തിരുമുടി താഴുന്നതോട് കൂടി പട്ടുവം പെരുങ്കളിയാട്ടത്തിനും പരിസമാപ്തിയാവും.

കൂരാങ്കുന്ന്

ചെറുകുന്ന് ദേശത്തെ പഴങ്ങോട് ആണ് കൂരാങ്കുന്ന്. കുപ്പം പുഴയുടെ വിശാലതയിലേയ്ക്ക് കുറ്റിക്കോൽ പുഴയെന്ന നീലിയാർ വന്നുചേരുന്ന അത്ഭുതലോകം. ഏഴോം മുനമ്പിന്റെ നേരെ മറുകരയാണത്. പുഴക്കരയിലെ പാടങ്ങൾക്കുമപ്പുറത്താണ് കൂരാങ്കുന്ന് ശ്രീ ഭഗവതി ക്ഷേത്രം. കളിയാട്ടത്തിന് പുറമേ ഇവിടെ നിത്യപൂജയുമുണ്ട്. ഇവിടുത്തെ പ്രധാന ദേവതമാർ ആര്യപ്പൂങ്കന്നിയും പഞ്ചുരുളിയുമാണ്. പുതിയ ഭഗവതി, വിഷ്ണുമൂർത്തി, രക്തചാമുണ്ഡി, ഊർപ്പഴശ്ശി ദൈവം, ബപ്പിരിയൻ, ശങ്കര കാളരാത്രി മാഞ്ഞാളിയമ്മ, വേട്ടവച്ചേകോൻ, വീരർകാളി എന്നീ സങ്കൽപങ്ങളുമുണ്ട്. ആരിയപ്പൂങ്കന്നിയമ്മയുടെ ഏറ്റവും പ്രധാന സങ്കേതമാണിവിടം. പട്ടുവം വടക്കേ കാവ് പോലെ തന്നെ യാദവർ എന്നറിയപ്പെടുന്ന മണിയാണിമാരുടേതാണ് ഈ കാവും. ദേവസങ്കൽപങ്ങൾ വന്നിറങ്ങി എന്ന് വിശ്വസിക്കുന്ന ഒരു ചെറിയ വള്ളിക്കെട്ട് ഇന്നുമിവിടെ സംരക്ഷിച്ചിട്ടുണ്ട്. അവിടെയാണ് വണ്ണാൻ സമുദായത്തിന്റെ കോലങ്ങൾ മുഖത്തെഴുതുക. പല കടലുകൾ താണ്ടി ഏഴിമലയിൽ മരക്കലമിറങ്ങിയ ആര്യപ്പൂങ്കന്നിയമ്മ ശങ്കരനാരായാണനെ തൊഴുത് ആദ്യം കുടിയിരുന്നത് കുനത്ത് തറവാട്ടിലാണ്. അവിടെ നിന്ന് ഏഴിമലപ്പെരുമ്പുഴ വഴി ഒഴുക്കിനെതിരെ മരക്കലം പായിച്ചായിരിക്കണം ദേവിയും പരിവാരങ്ങളും കൂരാങ്കുന്നെത്തിയത്. ആരാലും കാണാനാകാത്ത ദേവമരക്കലം. ഏതോ കാലത്ത് കുപ്പം പുഴ വടക്കോട്ടൊഴുകി പെരുമ്പുഴയിൽ ചേർന്ന ഒരു കാലമുണ്ടായിരിക്കണം.

കളിയാട്ടത്തിന്റെ അവസാന ദിവസം പുറപ്പെടുന്ന ആരിയപ്പൂങ്കന്നിയമ്മ മനോഹരമായ ഒരു കാഴ്ചയാണ്. സാത്വിക സ്വരൂപിണിയായ ആരിയപ്പൂങ്കന്നിയമ്മയുടെ വളരെ പതുക്കെയുള്ള കലാശങ്ങളും

നയനാനന്ദകരമായ രൂപവും പുഴക്കടവിൽ നിന്നുള്ള കാഴ്ചകളും പുഴക്കപ്പുറമുള്ള കുന്നുകളും വയലുകളുമെല്ലാം ചേർന്ന് സ്വപ്നസമാനമായ ഒരു അന്തരീക്ഷമാണ് അനുഭവിക്കാൻ കഴിയുക. വൈകുന്നേരത്തെ തോറ്റസമയത്തും അവർണ്ണനീയമായ സൗന്ദര്യമാണ് അവിടുത്തെ പ്രകൃതിയ്ക്ക്. ഇരുളണയുന്ന സ്വർണശോഭയുടെ, തെളിഞ്ഞ വിളക്കുകളുടെ, ജലപ്പരപ്പിൽ നിന്നകലുന്ന സൂര്യന്റെ, വീഴാൻ കൊതിക്കുന്ന നിലാവിന്റെ ഇളംവർണ ചിത്രങ്ങൾ മനസ്സ് കവരും. ആരിയപ്പൂങ്കന്നിയമ്മയുടെ കപ്പിത്താൻ സങ്കൽപ്പത്തിലുള്ള ബപ്പിരിയൻ ഒരു മുസ്ലീമാണ്. അദ്ദേഹത്തിന്റെ കൂടെ രണ്ട് മാപ്പിളപ്പൊറാട്ട് വേഷങ്ങളും അരങ്ങിലുണ്ടാവും. ചടുലമായ ചലനങ്ങളോടെയാണ് ബപ്പിരിയന്റെ ആട്ടം. ഈ പ്രദേശത്തെ പ്രശസ്തമായ പള്ളികളുടെ പേരുകളെല്ലാം പരാമർശിച്ച് കൊണ്ടുള്ള തിരുമൊഴി ഒരു വ്യത്യസ്തമായ കാഴ്ചയാണ്.

കുരാങ്കുന്നിലെ കിഴക്കേക്കാവ് എന്നറിയപ്പെടുന്ന നിത്യപൂജയുള്ള ക്ഷേത്രത്തിലാണ് ആര്യപ്പൂങ്കന്നിയമ്മയും പരിവാരങ്ങളുമുള്ളത്. വടക്കേ കാവിലാണ് പഞ്ചുരുളിയമ്മയും രക്തചാമുണ്ഡിയും വിഷ്ണുമൂർത്തിയും. പഞ്ചുരുളിയമ്മയുടെ പ്രധാന സ്ഥാനങ്ങളിൽ പട്ടുവം കഴിഞ്ഞ് രണ്ടാമത്തെ സ്ഥാനമാണ് കുരാങ്കുന്ന് വടക്കേ കാവ്. കുരാങ്കുന്നിൽ പഞ്ചുരുളിയമ്മയുടെ കോലം ധരിക്കേണ്ടത് ചെറുകുന്നൻ പരമ്പരയിലുള്ള കനലാടിമാരാണ്. ചെറുകുന്ന് അമ്പലത്തിൽ നിന്നാണ് അവിടത്തേയ്ക്കുള്ള തൊഴുതുവരവ്. ഇതിനെ ചെറുകുന്നൻ കുളിച്ചു വരവ് എന്നാണു പറയാറുള്ളത്. പട്ടുവത്ത് രാജകീയ ഭാവത്തിൽ കുടികൊള്ളുന്ന പഞ്ചുരുളിയമ്മയ്ക്ക് ഇവിടെ അതിരൗദ്രഭാവത്തിലുള്ള ഉറഞ്ഞാട്ടം തന്നെയാണ്.

കുളിച്ചു വന്ന് ആലിന്റെ അടുത്തേയ്ക്ക് പോകുന്ന സമയത്ത് പ്രത്യേക താളത്തിലുയരുന്ന ചെണ്ടമേളത്തോടൊപ്പം പ്രകൃതി തന്നെ ഒരു വല്ലാത്ത അവസ്ഥയിലേയ്ക്ക് മാറുകയാണ്. ശക്തികുരാങ്കുന്ന് എന്നാണു ഇവിടം അറിയപ്പെടുന്നത്. പഴയ കാലത്ത് ഉച്ചനേരങ്ങളിലും രാത്രി സമയങ്ങളിലും ഭയം കൊണ്ട് ഇവിടെ ആരും പ്രവേശിക്കാറില്ല എന്ന് കേട്ടുകേൾവി. കളിയാട്ടം തുടങ്ങിയാൽ രണ്ട് ദിവസവും ഗുരുസിയും തോറ്റവും ഉണ്ട്. ആദ്യ ദിനത്തിൽ ഗുരുസിയോടെ കോലക്കാരൻ ഉറഞ്ഞവസാനിപ്പിക്കുമ്പോൾ അവസാന ദിനം തോറ്റത്തിന്റെ ഉറഞ്ഞാട്ടം ഉണ്ട്. തോറ്റത്തിന്റെയും തെയ്യത്തിന്റെയും കളിയാമ്പള്ളിക്ക് ചുറ്റുമുള്ള ഉറഞ്ഞാട്ടം കാണേണ്ടത് തന്നെ. തട്ട് കലശം എന്നാണിതിനെ പറയുക. സാത്വിക ഭാവത്തിൽ ഒരു കവിതയെന്ന പോലെ സുന്ദരമായാണ് പട്ടുവത്ത് തോറ്റം ചൊല്ലുകയെങ്കിൽ ഇവിടെ അൽപം കൂടി വേഗത്തിലും ഉച്ചത്തിലുമാണ് തോറ്റം ചൊല്ലാറ്. ഒരേ ദേവതയുടെ തന്നെ ഭാവവ്യത്യാസത്തെയാണ് ഇത് സൂചിപ്പിക്കുന്നത്. പട്ടുവത്തെ പോലെ ഇവിടെയും

കേൾക്കാൻ ഏറെയിമ്പമുള്ള തോറ്റം പാട്ട് തന്നെയാണ്. കോലത്ത് നാട്ടിലെ പെരുമലയന്മാരുടെ സംഗീതവൈഭവത്തിന് പകരം വയ്ക്കാവു ന്ന എന്തെങ്കിലുമൊന്ന് വേറെവിടെയെങ്കിലുമുണ്ടോ എന്ന് സംശയം തോന്നിപ്പോകാറുണ്ട്. പണിക്കരുടെ ഘനഗംഭീരശബ്ദത്തിലുള്ള തോറ്റം ചൊല്ലലും തോറ്റം ഉറയാനാവുന്നതോട് കൂടി പ്രകടമാകുന്ന ഭാവമാറ്റ ങ്ങളും അവിസ്മരണീയമായ ഒരു കാഴ്ചയാണ്. തോറ്റം ഉറയുന്നതോട് കൂടി വെള്ളിപ്പിടിക്കത്തിയുമായി ചടുലമായ നടനങ്ങളാണ്. നിരന്നുനിൽക്കു ന്ന പതിനഞ്ചോളം ചെണ്ടകളുടെ കാതടപ്പിക്കുന്ന ശബ്ദത്തോടൊപ്പം വീണ്ടും പ്രകൃതി ഒരു ഘോരാവസ്ഥയിലേയ്ക്ക് മാറുന്നതായി തോന്നും. തട്ടു കലശത്തിലെ കത്തുന്ന കോത്തിരികൾക്ക് ചുറ്റും കലശക്കാരുടെ കയ്യും പിടിച്ച് പഞ്ചുരുളിയമ്മത്തോറ്റം രൗദ്രഭാവത്തിൽ വലം വയ്ക്കുമ്പോൾ ഇതേ ശക്തിയെ മറ്റൊരു രൂപത്തിൽ പട്ടുവത്ത് കണ്ടത് മനസ്സിലേയ്ക്കെത്തും. രണ്ട് ഭാവത്തിലും ഒരു ശക്തിവിശേഷത്തിലേക്കുള്ള ഐക്യപ്പെടൽ ഒരു വിസ്മയം തന്നെയാണ്. രണ്ടും ഒരാൾ തന്നെ എന്ന് ആ കാഴ്ചകൾ അടിവരയിടും. ഞാൻ അവിടെ അങ്ങനെയാണ്, ഇവിടെ ഇങ്ങനെയും എന്ന് പറയാതെ പറയുന്ന പോലെ തോന്നും.

പിറ്റേന്ന് ഉച്ചയ്ക്ക് പുറപ്പെടുന്ന പഞ്ചുരുളിയമ്മക്കോലവും ഭക്തജന ങ്ങളോട് ഉരിയാട്ടും കഴിഞ്ഞ് വൈകുന്നേരം ആലിൽ കയറ്റുന്നതോടെ വടക്കേ കാവിലെ കളിയാട്ടത്തിന് അവസാനമായി. തൊട്ടടുത്ത ദിവസമാണ് കിഴക്കേ കാവിൽ ആരിയപ്പൂങ്കന്നിയമ്മ. അതിന് മുൻപായി പുലരും നേരം ബപ്പിരിയൻ തെയ്യവും അരങ്ങിലെത്തും.

ചെറുകുന്നത്തമ്മയെ പാടിപ്പൊലിച്ച് കൊണ്ടുള്ള കോതാമൂരിപ്പാട്ട് ഒരു താരാട്ട് പോലെ കോലത്ത് നാടൻ രാവുകളെയുറക്കാറുണ്ട്. ഓരോ തെയ്യവും കണ്ട് കൺകുളിർത്ത് രാത്രി മടങ്ങുമ്പോൾ ആ ശീലുകൾ മനസ്സിലേയ്ക്കെത്തും. തളിപ്പറമ്പും പട്ടുവവും ഏഴോം നാടും ചെറുകുന്നും ചെറുതാഴവും കുഞ്ഞിമംഗലവും മാടായിയുമൊക്കെ തോറ്റം പാട്ടിന് പ്രസിദ്ധമായ സ്ഥലങ്ങളാണ്. മണ്ണിൽ നിന്നുയിർക്കുന്ന ശീലുകൾ ഈ മണ്ണിനെ തന്നെ താങ്ങി നിർത്തുന്നു.

നെയ്യിരയ്ക്കും കിളിവെള്ളിയ്ക്കും ഇടയിൽ ഇനിയും ഒട്ടേറെ ദേവസങ്കേത ങ്ങളും വള്ളിക്കെട്ടുകളുമുണ്ട്. കതിവന്നൂർ വീരന്റെ നാടെന്ന പെരുമയുള്ള സ്ഥലമാണ്. പുതിയ ഭഗവതിയുടേയും വയനാട്ട് കുലവന്റേയും പ്രധാന പ്പെട്ട ചില ദേവസ്ഥാനങ്ങൾ ഇവിടെയാണ്. മൂന്നാമത്തെ പാലോട്ട് കാവായ കീച്ചേരി പാലോട്ട് കാവ് ഒരു മനോഹര കാഴ്ചയാണ്. ചെറിയ ഒരു കുന്നിന് താഴെ വയൽപരപ്പിന് ഓരത്തായി ഗൃഹാതുരത്വമുണർത്തു ന്ന ഒരു കാവ്. ഇവിടുത്തേയും ചെറുകുന്ന് ക്ഷേത്രത്തിലേയും വിഷുവിളക്ക് ഉത്സവങ്ങൾ പ്രസിദ്ധമാണ്.

തളിപ്പറമ്പ്, തൃച്ചംബരം, കാഞ്ഞിരങ്ങാട്, ചെറുകുന്ന്, വടേശ്വരം തുടങ്ങിയ മഹാക്ഷേത്രങ്ങളും ഈ ദേശത്താണ്. കേരളമാകെ പുകൾ പെറ്റ പറശ്ശിനിക്കടവും കണ്ണാപുരം മടപ്പുരയും ഇവിടെ തന്നെ. ശ്രീ മുത്തപ്പന്റെ പറശ്ശിനിക്കടവിലെ ഓളങ്ങളും പുലർകാലത്തിന്റെ സ്വർ ണവർണപ്രഭയും തിരുവെള്ളാട്ടവും ഓരോ കോലത്ത് നാട്ടുകാരന്റേയും മനസ്സിൽ പതിഞ്ഞ ചിത്രങ്ങളാണ്. ആ പുഴയിലങ്ങനെ നോക്കി നിന്ന് മുത്തപ്പനെ മനസ്സിൽ വിചാരിച്ചാൽ കുന്നത്തൂർ പാടിയും പുരളിമലയും കൊട്ടിയൂരുമൊക്കെ പോയി വരാം.

പറശ്ശിനിക്കടവും നീലിയാർ കോട്ടവും എടുത്തുപറയേണ്ട സ്ഥലങ്ങ ളാണ്. വർഷത്തിൽ എല്ലായ്പ്പോഴും തെയ്യം നടക്കുന്ന രണ്ട് ദേവസങ്കേ തങ്ങൾ അധികം ദൂരെയല്ലാതെ സ്ഥിതി ചെയ്യുന്നു. നീലിയാർ കോട്ടത്തി ന്റെ വനഭംഗിയും കാവിലൂടെയൊഴുകി വരുന്ന നീലിയാർ ഭഗവതിയുടെ കോലവും കോലത്ത് നാടിന്റെ എണ്ണം പറഞ്ഞ ദൈവക്കാഴ്ചകളാണ്. ഭക്തിവിശ്വാസങ്ങളാലും പ്രസിദ്ധമാണ് ഇവിടങ്ങൾ.

കരിപ്പത്ത്

ഇതേ ഭൂതലത്തിൽ തന്നെ പറഞ്ഞുവയ്ക്കേണ്ട മറ്റൊരിടമാണ് തളിപ്പ റമ്പിന്റെ കിഴക്കൻ മലയോരം. ശ്രീകണ്ഠപുരം എന്ന പഴയ കോലത്ത് നഗരം. മൂഷകവംശഗാഥയിലെ കരിപ്പത്ത് കോവിലകം തലയുയർത്തി നിന്ന സ്ഥലം. ആദ്യകാലത്ത് കോലസ്വരൂപത്തിന്റെ ഭരണസിരാകേ ന്ദ്രവും പിന്നീട് ചുഴലി സ്വരൂപത്തിന്റെ ഭാഗവുമായ നാട്. കച്ചവടത്തിന് മാറ്റ് കൂട്ടാനെത്തിയ ജോനകരും പൊന്നു വിളയുന്ന മലയിടുക്കുക ളിൽ നിന്നെത്തിയ മദ്ധ്യതിരുവിതാംകൂറിന്റെ വിയർപ്പുമുറ്റിയ റബ്ബറും കുരുമുളകും. പട്ടണക്കാഴ്ചകൾ, കുറ്റിക്കാടുകൾ കൊത്തിയരിഞ്ഞ് മൺതി ട്ടകൾ ചെത്തിമിനുക്കി നട്ടുനനച്ച് വിളയിച്ച പൊന്നുമായി വന്നെത്തുന്ന കുടിയേറ്റ കർഷക വീരപ്പാട്ടുകാർ. തൊട്ടുവാനം മുട്ടി നിൽക്കുന്ന പച്ച മിനാരങ്ങൾ, ഉച്ചഭാഷിണികൾ. കുന്നിൻ മടക്കുകളിലെ കുരിശടികൾ. കാടും മേടും കുന്നും മലയും വാഴുന്ന നായാട്ടു ദേവതമാർ, മലദൈവങ്ങൾ. കരുമകനും മുത്തപ്പനും മലക്കാരിയും മലങ്കാളിയും നടന്ന കാട്ടിടവ ഴികൾ, വള്ളിക്കെട്ടുകൾ, കാവിൻ പുറങ്ങൾ. പട്ടണത്തിന് വടക്കു കിഴ ക്കേക്ക് ഉയർന്നുയർന്ന് പോകുന്ന ഭൂമികയിലെ ഏറ്റവുമുയരമുള്ളിടത്ത്, കാക്കണ്ണൻ പാറയിലെ കരിമ്പാറപ്പുറത്ത് ഭ്രാന്തമായ ചിന്തകളിലൂന്നി അപ്പൂപ്പൻ താടി പോലെ ഒഴുകി നടന്ന ഞാൻ ദൂരം കണ്ട് കൊതിച്ചു, താഴ്വാരം കണ്ട് പറന്നു.

» ശ്രീകണ്ഠപുരത്തിനടുത്തുള്ള പിലാക്കുന്നുമ്മൽ കുറ്റ്യാട്ട് തറവാട്

ലോകം വസന്തമെന്ന് പേരിട്ട് വിളിക്കുന്ന വേളയിലാണ് കാക്കണ്ണൻ പാറയിൽ മഞ്ഞപ്പൂക്കൾ പ്രത്യക്ഷമാവുന്നത്. കത്തിരി വെയിലത്ത് കരിഞ്ഞുകുത്തിക്കീറിയവർ കാറ്റത്താടിയുലഞ്ഞിരിക്കും. താഴ്‌വാരത്ത് ഗുൽമോഹർ ചോക്കാൻ തുടങ്ങുമ്പോഴവർ എരിഞ്ഞ പാറയിൽ ചിത കൂട്ടിയെരിയും. മഴക്കാലത്ത് പച്ച നിറത്തോടവർ പുനർജനിക്കും. പാറപ്പുറമാകെ ഹരിതകമ്പളം വിരിക്കും. മഴ കഴിഞ്ഞ് ഉപവസന്തത്തോടെ നീലപ്പൂക്കളിമ തുറക്കും. ഋതുക്കൾ മാറുന്നതോടൊത്ത് കാക്കണ്ണൻ പാറയും നിറങ്ങളണിയും.

ചുറ്റിലും കാഴ്ചകളേറെയാണ്. കിഴക്കോട്ട് നോക്കിയാൽ നീലിമ പൂണ്ട് താപസഭാവത്തിലിരിക്കുന്ന കുടക് മലകളെ കാണാം. പൈതൽ മലയും പാലക്കയം തട്ടും കാണാം. കുന്നത്തൂർ മലകളെ കാണാതെ കാണാം. ഒരുപാടയഥാർത്ഥ കാഴ്ചകളെ മനസ്സറിഞ്ഞ് സങ്കൽപ്പിക്കാം. കച്ചമുറുക്കിയൊരു വീരൻ ഏഴിനും മീതെയ്ക്ക് നടന്നു കയറിയ വഴികൾ കാണാം. പുതുച്ചൊരങ്ങൾ കാണാം. തിരുവൻ കടവും തിരുനെറ്റിക്കല്ലും പാടിക്കുറ്റിയമ്പലവും കാണാം. ചുഴലി തട്ടും ചേരംകുന്നും നെല്ലിക്കുന്നും പെരുങ്കുന്നും നായനാർ മലയും കാണാം. കറ്റനേയും കാട്ടുമൃഗങ്ങളേയും കാണാം. നെടിയേങ്ങയെന്ന താഴ്‌വാരത്ത് കാവുകളും അമ്പലങ്ങളും കാണാം. അങ്ങനെയൊരപ്പൂപ്പൻ താടി പോലെ ഭാരമൊഴിഞ്ഞങ്ങിങ്ങൊഴുകി നടക്കാം.

പറശ്ശിനിപ്പുഴയുടെ കിഴക്കൻ തീരങ്ങളായ ഈ മലയോരഗ്രാമങ്ങൾ ഭൂപ്രകൃതി കൊണ്ടും സാംസ്കാരിക വൈവിധ്യം കൊണ്ടും കണ്ണൂരിലെ മറ്റ് പ്രദേശങ്ങളിൽ നിന്ന് വേറിട്ടുനിൽക്കുന്നു. ഒരുപാട് വലിയ കുന്നുകളും ഇടത്തരം മലനിരകളും നിറഞ്ഞ ഈ പ്രദേശത്ത് ശ്രീ മുത്തപ്പന്റെ ആരാധന വളരെ പ്രധാനമാണ്. നായാട്ടുദേവതമാരും വനദേവതമാരും മലദൈവങ്ങളും ഇവിടുത്തെ പ്രധാന ആരാധന മൂർത്തികളാണ്.

പുഴയോരത്ത് വയലുകൾക്ക് മീതെയുള്ള കുന്നഞ്ചെരുവിൽ സ്ഥിതി ചെയ്യുന്ന തറവാടുകളും കളവും കവുങ്ങിൻ തോപ്പുകളും ചുവന്ന പട്ടുടുത്ത് തറവാട്ടകം കൊതിച്ചെത്തിയ ദേവകന്യാക്കളുമുള്ള നാട്. ഉൾനാടിന്റേയും മലയോരത്തിന്റേയും ഭംഗി ഒരുപോലെ പകുത്തെടുത്തു തരുന്ന മറ്റ് ഭൂപ്രദേശങ്ങൾ ഏറെയുണ്ടാവില്ല.

കോലത്ത് നാടിന്റെ ഭംഗി അതിന്റെ ഭൂപ്രകൃതിയുടെ മാത്രമല്ല, അതിനോട് ഇഴുകിച്ചേർന്ന് നിൽക്കുന്ന സാംസ്കാരിക വൈവിധ്യങ്ങളുടെ കൂടിയാണ്.

നെയ്ത്തിരയ്ക്കും കിളിവെള്ളിയ്ക്കുമിടയിൽ പുതിയ പുതിയ കാവിടങ്ങൾ തേടിയുള്ള എന്റെ യാത്ര ഇനിയും തുടരുകയാണ്. കണ്ട് മതി തീർന്നിട്ടില്ലാത്ത തെയ്യക്കാഴ്ച്ചകൾ കൂട്ടിനുണ്ട്.

ചെറുതാഴത്തെ കളിയരങ്ങും കാവകങ്ങളും

മയിലുകൾ പറന്നുല്ലസിക്കുന്ന കോട്ടക്കുന്നിന് തൊട്ടു താഴെയായി ഭൂതനാഥപുരം ക്ഷേത്രം. അതിനും താഴെയുള്ള തട്ടിലാണ് വാരണക്കോട്ട് മന. അമ്പലത്തിന്റെ പടിഞ്ഞാറെ നടയിൽ നിന്ന് മനയ്ക്കലേയ്ക്ക് പോകുന്ന വഴി വളരെ മനോഹരമാണ്. ഒരൽപ്പം ഭയപ്പെടുത്തുമെങ്കിലും വനാന്തരീക്ഷം ഇഷ്ടപ്പെടുന്നവർക്ക് പുഞ്ചിരിച്ചു കൊണ്ട് നടക്കാം. വനവാസിയാണല്ലോ ശാസ്താവ്. അമ്പലപ്പറമ്പും വാരണക്കോട്ടെ പറമ്പും വേർപെടുത്തുന്ന ഒരു കൂറ്റൻ മതിൽ വടക്കേ അതിരിലുണ്ട്. കോട്ടമതിലെന്നു തോന്നിപ്പിക്കുന്ന ഒരുഗ്രൻ നിർമതി. അതിന്റെ വടക്കുപടിഞ്ഞാറ് ഭാഗത്താണ് ദിനവും കളിവിളക്ക് തെളിഞ്ഞിരുന്ന, കഥകളിപ്പാട്ടുകൾ അലയടിച്ചിരുന്ന നയനാനന്ദകരമായ പതിനാറ് കെട്ട്, വാരണക്കോട്ട് മന. ഇന്നത് എട്ട് കെട്ടായി ചുരുങ്ങിയിരിക്കുന്നു. ഭീമാകാരമായ പടിപ്പുര ഗൃഹാതുരത്വമുണർത്തുന്നതാണ്. മനയ്ക്കൽ മുപ്പത്തൈവർ സങ്കൽപ്പമുണ്ട്, ചില ദൈവങ്ങൾക്ക് കെട്ടിയാട്ടവുമുണ്ട്. പൊട്ടൻ ദൈവത്തിന്റെ ഒരു പ്രധാന സങ്കേതമാണ് വാരണക്കോട്ട് മന. കഥകളിയും തെയ്യവും ഒരു പോലെ നിറഞ്ഞയിടം.

ഭൂതനാഥപുരം ക്ഷേത്രം ഇപ്പഴും അതിന്റെ പൗരാണികത പേറുന്നു. ചെറുതാഴം ദേശത്ത് കളപ്പുറത്ത് ശാസ്താവ് പോലെ തന്നെ പ്രധാനിയാണ് കുന്നുമ്പുറത്തെ ഈ ശാസ്താവും. ഒറ്റക്കല്ലിൽ തീർത്ത ശ്രീകോവിലിലെ ശാസ്താവിന്റെ വില്ലും ശരവുമേന്തിയുള്ള പൂർണകായ പ്രതിഷ്ഠ ഈ പ്രദേശത്ത് അപൂർവവും അതോടൊപ്പം അതിമനോഹരവുമാണ്.

ക്ഷേത്രത്തിന്റെ പുറത്തെന്ന പോലെ അകവും പരമാനന്ദകരവും സുന്ദരവുമാണ്. കൂത്ത് നടക്കുന്ന കൂത്തമ്പലം, ഊട്ടമ്പലം, കൊട്ടാരം എന്നീ നിർമിതികൾ അമ്പലപ്പറമ്പിലുണ്ട്. കുന്നുമ്പുറം മാടത്തിലേയ്ക്ക് വൈരജാതനീശ്വരന്റെ കോലാധാരി തൊഴുതുവരേണ്ടത് ഇവിടെ നിന്നാണ്. അനിർവചനീയമായ അനുഭൂതിയാണ് ആ കാഴ്ച. പെരുമ്പക്കടവിനിപ്പുറം വൈരജാതനീശ്വരൻ കെട്ടിയാട്ടുന്ന ഒരേയൊരു സ്ഥലമാണ് ചെറുതാഴം മാടത്തിൻ കീഴിൽ.

ഭൂതനാഥപുരം ക്ഷേത്രത്തിന്റെ പടിപ്പുര ഏറെ ഭംഗിയുള്ളതും പഴമ നിലനിർത്തുന്നതുമാണ്. അതിനു വലതു വശത്തായി കോട്ടക്കുന്ന് ഏഴിമല നോക്കിയിരിക്കുന്നു. മഹത്തുക്കളായ കഥകളി ആചാര്യൻമാരുടെയും തെയ്യം കനലാടിമാരുടെയും കാലടികൾ പതിഞ്ഞ പരമപാവനമായ ഈ മണ്ണ് ഒരു തനത് കേരളീയ ഗ്രാമത്തിന്റെ എല്ലാ സവിശേഷതകളും ഉൾക്കൊള്ളുന്നതാണ്. കോട്ടക്കുന്നിന്റെ മുടി തൊട്ടു നിൽക്കുന്ന മഞ്ഞിൻ പടലങ്ങൾ മുതൽ ഭൂതനാഥപുരത്തെ നനുത്ത മണ്ണ് വരെ ആ കുളിർമയുണ്ട്.

കോലത്തുനാടിന്റെ ഭംഗി അതിന്റെ ലാളിത്യത്തിലാണ്. വിണ്ണോളം വിതറിയ നിറങ്ങളും മണ്ണിനോട് ചേർന്നു നിൽക്കുന്ന ദൈവങ്ങളും. കാവും കൂത്തമ്പലവും കാട്ടുവള്ളിപ്പടർപ്പും.

ചെറുതാഴത്ത് അനേകം കാവുകളും ദേവസ്ഥാനങ്ങളുമുണ്ട്. ഭൂപ്രകൃതി കൊണ്ടും വ്യത്യസ്തതകൾ കൊണ്ടും മനസ്സിൽ കേറിപ്പറ്റിയ ചുരുക്കം ചില കാവുകളുണ്ട്. കാണാനെന്നും കൊതിക്കുന്നയിടങ്ങൾ.

പേർക്കളങ്ങരക്കാവ്

ചെറുതാഴം ഗ്രാമത്തിന്റെ ദേശദേവതയായ പേർക്കളങ്ങര ഭഗവതിയുടെ ആരൂഢം ആണ് പേർക്കളങ്ങരക്കാവ്. പേർക്കളത്തില്ലം വകയായ കാവിൽ പേർക്കളങ്ങര ഭഗവതി, കവടിയങ്ങാനത്ത് രക്തേശ്വരി, വിഷ്ണുമൂർത്തി, ശ്രീഭൂതം, കുറത്തി, കുണ്ടോർ ചാമുണ്ഡി എന്നീ ദേവതകൾ വസിക്കും ചെയ്യുന്നു. കോട്ടക്കുന്നിന്റെ അടിവാരത്ത് പ്രകൃതിരമണീയമായ പ്രദേശത്ത് തിരുവർകാട്ട് ഭഗവതീ സങ്കൽപ്പത്തിൽ ദാരികാന്തകിയായ കാളിയായാണ് ഭഗവതി കുടിയിരിക്കുന്നത്. വട്ടമുടിയും പന്തങ്ങളും ശംഖും വൈരിദ്ദളം മുഖത്തെഴുത്തും വെള്ളെകിറും കെട്ടുപന്തങ്ങളും മാർമുല ചമയങ്ങളും ഭഗവതിയുടെ കോലസ്വരൂപത്തിന് അഴകു ചേർക്കുന്നു.

ചെറുതാഴത്ത് വണ്ണാൻ സമുദായത്തിന്റെ പ്രധാന ആചാരസ്ഥാനികനായ കൊവ്വൽ നേണിക്കം (കൊഴവലിൽ നേണിക്കം) കെട്ടിയാടേണ്ട ഒരു പ്രധാന തെയ്യമാണ് പേർക്കളങ്ങര ഭഗവതി. ശ്രീ ഭൂതം തെയ്യവും

വണ്ണാൻ സമുദായത്തിന്റെ അവകാശമാണ്. കവടിയങ്ങാനത്ത് രക്തേശ്വരി, വിഷ്ണുമൂർത്തി തുടങ്ങിയ കോലങ്ങളുടെ അവകാശം ചെറുതാഴം തുമ്പക്കോൽ പെരുമലയനാണ്. കുറത്തി, കുണ്ടോർ ചാമുണ്ഡി തുടങ്ങിയ കോലങ്ങളുടെ അവകാശം ചെറുതാഴത്തെ വേല സമുദായത്തിനാണ്.

അസുര നിഗ്രഹം / ദാരികനുമായുള്ള പോര് കഴിഞ്ഞ് ആകാശ മാർഗേ സഞ്ചരിക്കുമ്പോൾ പേർക്കുളത്തിലും വകയായ സ്ഥലത്ത് ശോഭയേറിയ കാവ് കണ്ടുവെന്നും കാവിനുള്ളിലെ മനോഹരമായ കുളത്തിൻ കരയിൽ ക്ഷീണമകറ്റാനിരുന്നുവെന്നും ഐതീഹ്യം. അങ്ങനെ അവിടെ ദേവീസാന്നിദ്ധ്യമുണ്ടായി എന്ന് വിശ്വസിക്കപ്പെടുന്നു. പോര് കുളം പോർക്കുളവും പിന്നീട് പേർക്കുളവുമായതാവാം. പച്ചപ്പ് അഴക് തീർത്ത ദേവചൈതന്യം തുടിക്കുന്ന ഈ മനോഹര ഭൂമിക ഭഗവതിക്കിഷ്ടമായതിൽ അത്ഭുതമില്ല. കാവും നാഗസ്ഥാനവും ഇല്ലവും കുളവും അടുത്തടുത്തായി നിലകൊള്ളുന്നു.

ചെറുതാഴം ഭാഗത്തെ ഇല്ലങ്ങളിൽ പേർക്കുളങ്ങര ഭഗവതിയും കവടിയങ്ങാനത്ത് രക്തേശ്വരിയും അതിപ്രാധാന്യത്തോടെ ആരാധിക്കപ്പെടുന്നു. മറ്റ് വട്ടമുടി ഭഗവതി തെയ്യങ്ങളും ധാരാളമായുണ്ട്.

തിരുവർകാട്ട് ഭഗവതീ സങ്കൽപത്തിൽ സാധാരണയായി വലിയ മുടിയും പ്രാക്കെഴുത്തും പക്കപ്പാമ്പും തെക്കനൊടയും ആണ് രൂപമെങ്കിലും തിരുവർകാട്ട് / ഭദ്രകാളി സങ്കൽപത്തിലുള്ള പന്തം വച്ച മറ്റ് ഭഗവതിമാരും ഈ പ്രദേശങ്ങളിലുണ്ട്. കുഞ്ഞിമംഗലം പുതിയ പുഴക്കരെ മാങ്കുളങ്ങരക്കാവിലെ മാങ്കുളങ്ങര ഭഗവതി, കുളപ്പുറം ഒറന്നിടത്ത് ചാൽ കാവിലെ ഒറന്നിടത്ത് ചാൽ ഭഗവതി, പടന്നപ്പുറം പുത്തരിക്കാവിലെ പുത്തരിക്കാവ് ഭഗവതി, അതിയടം വീരഞ്ചിറക്കാവിലെ വീരഞ്ചിറ ഭഗവതി, കുന്നരു പുറമൺചേരിക്കാവ് ആസ്ഥമായിട്ടുള്ള പ്രമാഞ്ചേരി ഭഗവതി, രാമന്തളി അട്ടക്കുളങ്ങരക്കാവാധാരമായി നിലകൊള്ളുന്ന അട്ടക്കുളങ്ങര ഭഗവതി തുടങ്ങിയ തെയ്യങ്ങളും ഭദ്രകാളി സങ്കൽപം ആണ്. ഉദയപുരം ശ്രീകൃഷ്ണ ക്ഷേത്രം നടയിൽ കളിയാട്ടത്തിൽ കെട്ടിയാടുന്ന മുണ്ടയാട്ട് ഭഗവതി, മഠത്തിൽക്കാവിലെ മഠത്തിൽ കാവ് ഭഗവതി, അറത്തിലമ്പലത്തിലെ മൂവാണ്ട് കളിയാട്ടത്തിൽ കെട്ടിയാടുന്ന അറത്തിൽ ഭഗവതി തുടങ്ങിയ വലിയ മുടിത്തെയ്യങ്ങളും കെട്ടിയാട്ടത്തിൽ തിരുവർകാട്ട് / ഭദ്രകാളി സങ്കൽപത്തിൽ വരുന്നതാണ്. രാമന്തളി ഭാഗത്ത് എട്ടിക്കുളത്ത് ഭഗവതി (എട്ടിക്കുളത്ത് കാവ്), പാറോൽ ഭഗവതി (പാറോൽക്കാവ്) തുടങ്ങി വേറെയും തെയ്യങ്ങൾ ഇതേ സങ്കൽപ്പത്തിലുണ്ട്. പാറോൽ ഭഗവതിയുടെ തോറ്റത്തിന്റെ കൊടിയില വാങ്ങലും മേലേരി പാച്ചിലും തിരുവർക്കാട്ട് ഭഗവതി സങ്കൽപത്തിലുള്ള തെയ്യങ്ങളിലെ അപൂർവതയാണ്.

» കൃഷ്ണപുരം ക്ഷേത്രം

രാമന്തളി, എടാട്ട് കണ്ണങ്ങാട്ടുകളിൽ കണ്ണങ്ങാട്ട് പോതി കഴിഞ്ഞ് രണ്ടാമത്തെ പ്രധാന ദേവതയായി കെട്ടിയാടപ്പെടുന്ന കൂവളന്താറ്റിൽ ഭഗവതി, വല്ലാർക്കുളങ്ങര ഭഗവതി (കുഞ്ഞിമംഗലം പൊങ്ങിലാട്ട് കാവ്), ഗുരുമംഗലത്ത് ഭഗവതി (കുന്നരു പഴശ്ശേടം ധർമ്മ ദൈവസ്ഥാനം), കല്ലന്താറ്റ് കളരിയിലെ കല്ലന്താറ്റ് ഭഗവതി, കളരിയാൽ ഭഗവതി തുടങ്ങിയ വലിയ മുടി ഭഗവതിമാരും ഇതേ സങ്കൽപം ആണ്. മാടായി തിരുവർക്കാട്ട് വടക്കേം ഭാഗത്തു നിന്നും പുറപ്പെട്ട് വിവിധ കാവുകളി ലെത്തിച്ചേർന്ന് കുടിയിരുന്നത് കൊണ്ടാണ് ഒരേ ദേവത തന്നെ പല പേരുകളലറിയപ്പെടുന്നത്. തിരുവർക്കാട്ട് വടക്കേം ഭാഗത്ത് നിന്നും പുറപ്പെട്ട് ബമ്മാഞ്ചേരി നട കിഴിഞ്ഞ് വെങ്ങരയപ്പനെ തണലിരുന്ന് വടക്കോട്ട് കയ്യെടുത്താണ് കുഞ്ഞിമംഗലത്ത് പൊങ്ങിലാട്ട് കാവ് വള്ളി ക്കെട്ടാധാരമായി വല്ലാർക്കുളങ്ങര ഭഗവതി ശേഷിപ്പെട്ടത്.

ഇതല്ലാതെ, തിരുവർകാട്ട് ഭഗവതി / കോലസ്വരൂപത്തിങ്കൽ തായി തന്നെയായി അതേ നാമത്തിൽ സങ്കൽപ്പിച്ച് (സർവേശ്വരിയമ്മ എന്നാണ് വരവിളിക്കുക) മാടായിക്കാവിലച്ചിയെ ഒരുപാട് ദേവസ്ഥാന ങ്ങളിൽ കെട്ടിയാടപ്പെടുന്നുണ്ട്. ഇതിൽ നിന്നും മാടായി തിരുവർകാട്ട് കാവിലെ ഭദ്രകാളി ആരാധനയ്ക്ക് ഈ പ്രദേശങ്ങളിൽ എത്രത്തോളം സ്വാധീനം ഉണ്ടെന്ന് മനസിലാക്കാം. തിരുവർകാട്ട് ഭഗവതിയ്ക്ക് പെരു ങ്കളിയാട്ടമുള്ള എടനാട് കുഞ്ഞിക്കണ്ണങ്ങാട്ട്, മണ്ടൂർ പടിഞ്ഞാറ്റ എന്നീ ദേവസ്ഥാനങ്ങൾ ഈ പ്രദേശത്ത് തന്നെയാണ്.

ഇവിടങ്ങളിൽ ഒറ്റക്കോലം കഴിക്കുമ്പോൾ മാടായിക്കാവിൽ നിന്നും തോറ്റം തൊഴുതു വരൽ (ഉച്ചത്തോറ്റം) എന്ന ചടങ്ങുണ്ട്. വളരെ ഗംഭീരവും ആവേശജനകവുമാണ് കുളിച്ചു തൊഴുതു വരൽ. പേർക്കുളങ്ങരക്കാവിലും വർഷങ്ങൾക്കു മുൻപിൽ ഒറ്റക്കോലം കഴിച്ചിരുന്നു.

ചെറുതാഴമെന്ന ചെറുതാഴ്വാരത്ത് ഇത്തരത്തിലൊരുപാട് ദേവസ ങ്കേതങ്ങളുണ്ട്. അകത്ത് സന്താനദുർഗയായും പുറത്ത് ഭദ്രകാളിയായും ശ്രീ ഭഗവതി സാന്നിദ്ധ്യം ചെയ്യുന്ന അറത്തിൽ ശ്രീ ഭദ്രപുരം ക്ഷേത്രം, ശാസ്താവിന്റെ ആദികാവുകളായ കുളപ്പുറത്ത് കാവ്, കുന്നമ്പുറത്ത് കാവ് (ചെറുതാഴത്ത് കാവ്), മാടത്തിൻ കീഴിൽ വൈരജാതൻ ക്ഷേത്രം, ഉളിയത്ത് വേട്ടയ്ക്കൊരുമകൻ കോട്ടം, ഉദയപുരം, കുന്നിൻ മതിലകം, ഹനുമാരമ്പലം, കൃഷ്ണപുരം തുടങ്ങിയ ക്ഷേത്രങ്ങൾ പകർന്നു തരുന്ന അനുഭൂതി വാക്കുകളിലൊതുക്കാനാവില്ല. ഉച്ചൂളിക്കുന്നിന്റെ ചെരിവിൽ വനനിബിഢമായി ശാന്തഗംഭീരഭാവത്തിൽ നിലകൊള്ളുന്ന ശ്രീ മഠത്തിൽ കാവും ചെറുതാഴത്തിന്റെ മറ്റൊരു മനോഹരമായ ഗ്രാമക്കാ ഴ്ചയാണ്. കദംബവനപ്രിയവാസിനിയായ ദേവിയ്ക്ക് കാവാണ് പ്രിയം.

അതിലൂടെ ഒരു വലിയ ആവാസവ്യവസ്ഥയും സംരക്ഷിക്കപ്പെടുന്നു. മനുഷ്യരെക്കുറിച്ച് മാത്രം ചിന്തിക്കുന്നവരല്ലല്ലോ ദേവതമാർ.

കോലത്തു നാടിന്റെ ഹൃദയഭൂമിയായ ഈ പ്രദേശത്ത് ഏഴിമലയുടെ തണലും ഏഴിമലരാജ്യത്തിന്റെ സ്മരണകളുമുണ്ട്.

കുളപ്പുറത്ത് കാവ്

ചെറുതാഴത്തിന്റെ ദേശദേവൻ ആണ് കുളപ്പുറത്ത് ശാസ്താവ്. ഇവിടെ തെയ്യങ്ങൾ മൊഴി പറയുമ്പോൾ ചെറുതാഴത്ത് പെരുമാളെയും (ശ്രീരാമൻ) കുളപ്പുറത്ത് ശാസ്താവിനേയും മുൻപായി വിളിക്കും. ചെറുതാഴത്തിന്റെ കിഴക്കൻ ഗ്രാമമായ കുളപ്പുറത്താണ് ശാസ്താവിന്റെ ഈ കാവ്. നാലമ്പലത്തിനകത്ത് പ്രധാനി അഭയപരദേവതയായ ദുർഗയാണ് എന്നത് ഒരു പ്രത്യേകതയാണ്. നാലമ്പലത്തിന് പുറത്തായി ശാസ്താവിന്റെ മാടവും മുമ്പിലായി കൂത്തമ്പലവും. നാഗക്കാവും കുളവും അരികിൽ തന്നെയുണ്ട്. സന്ധ്യാനേരത്ത് അനുഭവപ്പെടുന്ന വനാന്തരീക്ഷം പഴയ കൊട്ടംകാവിന്റെ അടയാളങ്ങൾ തന്നെയാവണം. പച്ചപ്പായൽ അഴക് പകർന്ന കുളവും കൽപടവുകളും ഗൃഹാതുരത്വമുണർത്തുന്ന കാഴ്ചകളാണ്.

ശാസ്താവിന്റെ ആരാധനയ്ക്ക് വളരെ പ്രാധാന്യം കൽപ്പിച്ചിരുന്ന ഒരു പ്രദേശമായിരുന്നു ചെറുതാഴം എന്ന് മനസ്സിലാക്കാം. കുളപ്പുറത്ത് ശാസ്താവ്, കുന്നുംപുറത്ത് ശാസ്താവ്, അറത്തിൽ ശാസ്താവ് എന്നീ മൂന്ന് ശാസ്താക്കന്മാർ തമ്പുരാക്കന്മാരായി ഇവിടെ വാഴുന്നു. അതുകൊണ്ട് തന്നെ പഴയ കാലത്ത് വനനിബിഢമായ പ്രദേശം ആയിരിക്കണം ഇത് എന്ന് കരുതാവുന്നതാണ്. അതിന്റെ ബാക്കി പത്രങ്ങൾ ഉച്ചൂളിക്കുന്നിന്റെ ചെരിവുകളിൽ ഇന്നുമവശേഷിക്കുന്നു. ഏഴിമല തൊട്ട് ചെറുതാഴം, പരിയാരം മുതൽ വടക്ക് കിഴക്കൻ ഭാഗങ്ങളിൽ കുടകുമല വരെ ഒരുകാലത്ത് വനഭാഗങ്ങൾ തന്നെയായിരുന്നിരിക്കണം.

മഠത്തിൽ കാവ്

ഉച്ചൂളിക്കുന്നിന്റെ പടിഞ്ഞാറേ ചെരുവിലെ കൊട്ടംകാവ് താഴ്വാരം മുട്ടുന്നയിടത്താണ് ശ്രീ മഠത്തിൽ കാവ്. കുന്നിനുമപ്പുറം കുന്നിൻ മതിലകം ശിവക്ഷേത്രം. കുന്നിൻചെരിവിൽ അസാധ്യ വനഭംഗി. തെക്ക് അൽപം മാറി വയലപ്രപ്പരപ്പ്. അതിനടുത്തായി വയലപ്ര പൂമാലക്കാവ്. പരപ്പിൽ നിന്ന് ചെറുതാഴത്തേയ്ക്കുള്ള ചരൽ വഴി. നാട്ടുഭംഗി മനം കവരുന്ന പാത. കുന്നിൻചെരുവിലെ കാടിന് താഴെ കാവ്. കാവിന് നടുവിലെ ദുർഗാ സാന്നിധ്യമായി ശ്രീ മഠത്തിൽ കാവ് ഭഗവതി. വല്ലാർക്കുളങ്ങര ഭഗവതിയെ അതേ ശക്തി ചൈതന്യത്തിന്റെ ഭദ്രകാളി ഭാവമായി ആരാധിക്കുന്നു.

വല്ലാർകുളങ്ങര ഭഗവതിയ്ക്ക് ചെങ്കല്ലിന്റെ പീഠമാണ്. മഠത്തിൽ കാവ് ഭഗവതിയ്ക്ക് കരിങ്കല്ലിന്റെ കണ്ണാടി പ്രതിഷ്ഠ. പടിഞ്ഞാറോട്ട് ആണ് മുഖം. മുൻപിൽ ഒരു പാട്ടുകൂടം ഉണ്ട്. അതിന്റെ ഇടതും വലതുമായി വിഷ്ണുമൂർത്തിക്കും പേർക്കുളങ്ങര ഭഗവതിയ്ക്കും സ്ഥാനം. തെക്കുപടിഞ്ഞാറെ മൂലയ്ക്ക് വിഷ്ണുമൂർത്തി. വടക്ക് പടിഞ്ഞാറായി പേർക്കുളങ്ങര ഭഗവതി. വിഷ്ണുമൂർത്തി വ്യാഘ്രചാമുണ്ഡി സങ്കൽപത്തിലാണ്. നാലമ്പലത്തിനു പുറത്ത് തെക്കുപടിഞ്ഞാറേ മൂലയ്ക്ക് കാഞ്ഞിരത്തിന്റെ ചോട്ടിൽ ആണ് കവടിയങ്ങാനത്ത് രക്തേശ്വരി. അതിന്റെ തെക്ക് ഭാഗത്തായി മടയിൽ ചാമുണ്ഡിയുടെ സ്ഥാനം. രണ്ട് തട്ടായി ആണ് കാവ്. താഴത്തെ തട്ടിൽ ആണ് കളിയാട്ടം. അവിടെ തെക്ക് പടിഞ്ഞാറേ ഭാഗത്ത് പടിഞ്ഞാറ് മുഖമായി തെക്കൻ ഗുളികൻ. പടിയുടെ താഴെ വലത്ത് ഭാഗത്തായി കുഞ്ഞാർ കുറത്തിയുടേയും കുണ്ടോർ ചാമുണ്ഡിയുടേയും സ്ഥാനം.

ഇതിലും ഘോരവനമായിരുന്ന പഴയ കാലത്ത് ഒരു തറ മാത്രമായിരുന്നു. കൃഷ്ണപുരം അമ്പലത്തിന്റെ ദേവസ്വമായി കണക്കാക്കിയിരുന്ന ഇവിടെ പിന്നീട് ചേടിമണ്ണ് കൊണ്ട് ഒരു ചെറിയ അമ്പലം പോലെ ആക്കി. ഒന്നാം ഊരാളൻ ആയ പെരുമ്പ ഇല്ലത്തിന് ദാനമായി കൊടുക്കുകയും നിത്യശാന്തി ചെയ്യാനുള്ള ഏർപ്പാട് ചെയ്യുകയും ചെയ്തു.

മഠത്തിൽ കാവ് ഭഗവതി തായ്പരദേവത സങ്കൽപത്തിലാണ് കെട്ടിയാട്ടം. മഠത്തിൽ കാവ് ഭഗവതി, വല്ലാർക്കുളങ്ങര ഭഗവതി, പേർക്കുളങ്ങര ഭഗവതി, വിഷ്ണുമൂർത്തി, കവടിയങ്ങാനത്ത് രക്തേശ്വരി, മടയിൽ ചാമുണ്ഡി, തെക്കൻ ഗുളികൻ, കുഞ്ഞാർ കുറത്തി, കുണ്ടോർ ചാമുണ്ഡി, വെളുത്ത ഭൂതത്താറീശ്വരൻ, ശ്രീഭൂതം എന്നീ തെയ്യക്കോലങ്ങളാണ് കളിയാട്ടത്തിന്റെ ഭാഗമായി കെട്ടിയാടുന്നത്.

ആരും കണ്ണെടുക്കാതെ നോക്കി നിന്ന് പോകുന്ന മനോഹരഭൂമികയാണ് ഈ കാവും പരിസരപ്രദേശങ്ങളും. കാട് കൊതിച്ചുദയം ചെയ്ത് കാടിനെ താങ്ങി നിർത്തുന്ന വടക്കൻ ദേവതമാർ ഇവിടുത്തെ പ്രകൃതിയുടെ കൂടി രക്ഷിതാക്കളാണ്. വള്ളിക്കെട്ടും വാളും വിളക്കും കൈയേറ്റ് അവരീ മണ്ണിന്റെ ജൈവസമ്പത്തിനെ പോറ്റിപ്പരിപാലിക്കുന്നു.

ഈ ദേവതമാരോട് നമുക്ക് ചെയ്യാവുന്ന ഏറ്റവും വലിയ പ്രാർത്ഥന അവർ കൊതിച്ച പോലെ ഈ കാവും വള്ളിക്കെട്ടും നിലനിർത്തിപ്പോരുക എന്നതാണ്.

അറത്തിലമ്പലം

നാലമ്പലത്തിനകത്ത് സന്താനദുർഗയായും പുറത്ത് പൂവത്തിന് കീഴിൽ ഭദ്രകാളിയായും കുടികൊള്ളുന്ന ദേവതാചൈതന്യമാണ് ശ്രീ അറത്തിൽ ഭഗവതി. വയൽക്കരയിൽ പരിലസിക്കുന്ന മനോഹര മായ ഒരു ക്ഷേത്രമാണ് അറത്തിൽ ശ്രീ ഭദ്രപുരം ക്ഷേത്രം. അറത്തിൽ ഭഗവതി ദേശാധിപത്യമുള്ള ദേവിയാണ്. രാഘവപുരം, കൃഷ്ണപുരം, ഭദ്രപുരം, ഉദയപുരം തുടങ്ങിയ പുരങ്ങളിൽ ഭഗവതി സാന്നിധ്യത്തിന് പ്രസിദ്ധമായ ഒരു ക്ഷേത്രമാണിത്. അകത്ത് ബ്രാഹ്മണ പൂജയും പുറത്ത് കളിയാട്ടവുമുള്ള അപൂർവ ഇടങ്ങളിലൊന്ന്.

മൂന്ന് വർഷത്തിലൊരിക്കൽ മൂന്നു ദിവസങ്ങളിലായി മുപ്പതിലേറെ തെയ്യങ്ങൾ കെട്ടിയാടുന്ന മൂവാണ്ട് കളിയാട്ടം പ്രസിദ്ധമാണ്. ഇവിടെ കൂടേണ്ട ഓരോ ഇല്ലക്കാരുടെ പരദേവതമാരെയും ഇവിടെ കെട്ടി യാടുന്നു. അറത്തിൽ ഭഗവതി, പഴിച്ചയിൽ ഭഗവതി, പള്ളിക്കുളങ്ങര ഭഗവതി, കാരാട്ട് ഭഗവതി, കക്കര ഭഗവതി, അത്യന്നത്ത് ഭഗവതി, ചാലിൽ തോട്ടുംകര ഭഗവതി, ആലംകുളങ്ങര ഭഗവതി, കേളൻകുളങ്ങര ഭഗവതി, മടയിൽ ചാമുണ്ഡി, രക്തചാമുണ്ഡി,രക്തേശ്വരി, കുട്ടിശാസ്തൻ, ഭൈരവൻ, കുണ്ടോറ ചാമുണ്ഡി, കുറത്തി എന്നീ ദൈവക്കോലങ്ങളാണ് കെട്ടിയാടുന്നത്. ഈ ക്ഷേത്രവുമായി ബന്ധപ്പെട്ടതാണ് അറത്തിൽ ശ്രീ ശാസ്താ ക്ഷേത്രം.

വയത്തൂർ കാലിയാർ കോട്ടം

കുന്നുമ്പുറം ശ്രീ വയത്തൂർ കാലിയാർ കോട്ടം പേർക്കുണ്ടിക്കോട്ടം എന്നും അറിയപ്പെടുന്നു. പേർക്കുണ്ടി ഇല്ലത്ത് മുൻപ് സന്താനങ്ങളി ലാത്തതിനാൽ അവിടുത്തെ ഒരു മുത്തശ്ശൻ പയ്യാവൂർ ശ്രീ വയത്തൂർ കാലിയാർ ക്ഷേത്രത്തിൽ പോയി ഭജനമിരുന്നു. തിരികെ വരും വഴി നേരം വെള്ളോലമേൽക്കുട ആധാരമായി കിരാതമൂർത്തിയായ വയത്തൂർ കാലിയാർ എഴുന്നള്ളി. ഇപ്പോൾ ക്ഷേത്രം സ്ഥിതി ചെയ്യുന്ന സ്ഥലത്ത് വെള്ളോലകുട വച്ച് എന്നും കുട പിന്നീട് അനക്കാൻ സാധി ച്ചില്ല എന്നും ഐതിഹ്യം. പ്രശ്നം വച്ച ശേഷം കിരാതമൂർത്തിയുടെ സാന്നിധ്യം മനസിലാക്കുകയും പ്രതിഷ്ഠ നടത്തി ക്ഷേത്രം പണികഴി പ്പിക്കുകയും ചെയ്തു. അദ്ദേഹത്തിന് കിരാതമൂർത്തി നേരിട്ട് ദർശനം നൽകിയെന്ന് വിശ്വസിക്കപ്പെടുന്നു. ആ രൂപത്തിലാണ് ഇവിടുത്തെ പ്രതിഷ്ഠയും.

അമ്പലത്തിനോട് ചേർന്നാണ് പടിഞ്ഞാറേ പേർക്കുണ്ടി ഇല്ലം എന്ന നാലുകെട്ട് സ്ഥിതി ചെയ്യുന്നത്. കവടിയങ്ങാനത്ത് രക്തേ ശ്വരി, ഉറന്നിടത്ത് ചാൽ ഭഗവതി, പേർക്കുളങ്ങര ഭഗവതി, കുണ്ടോറ

ചാമുണ്ഡി, കുറത്തി, കുട്ടിച്ചാത്തൻ, ഭൈരവൻ, രക്തചാമുണ്ഡി, വിഷ്ണുമൂർത്തി, ശ്രീഭൂതം എന്നീ ദൈവക്കോലങ്ങളാണ് കെട്ടിയാടുന്നത്. ഇല്ലത്തെ പരദേവത കവടിയങ്ങാനത്ത് രക്തേശ്വരിയാണ്. തുളുനാടുമായി ബന്ധമുള്ള മിക്ക ഇല്ലങ്ങളിലും ഈ ദേവതയെ പരദേവതയായി ആരാധിക്കുന്നതായി കാണാം. ഭൈരവൻ, കുട്ടിശാസ്തൻ തുടങ്ങിയ മൂർത്തികൾ ഉപാസനാ ദേവതമാരാണ്.

കുണ്ടോർ ചാമുണ്ഡി ഇല്ലത്തേയ്ക്ക് എഴുന്നള്ളിയതുമായി ബന്ധപ്പെട്ട് ഒരു കഥയുണ്ട്. പണ്ട് ഈ ഇല്ലത്തെ ഒരു മുത്തശ്ശൻ തുളുനാട്ടിലെ സുബ്രമണ്യപുരത്ത് ക്ഷേത്രദർശനത്തിനായി പോവുകയുണ്ടായി. തിരിച്ച് വരുന്ന വരുന്ന വഴി ഘോരവനാന്തരത്തിൽ അകപ്പെടുകയും സ്വസ്ഥാനത്ത് തിരികെ എങ്ങനെയെത്തുമെന്ന് ആലോചിച്ച് വിഷണ്ണനാവുകയും ചെയ്തു. എല്ലാ ദൈവങ്ങളെയും വിളിക്കുകയും ഒരു ദേവിയുടെ ആഗമനം ജ്ഞാനിയായ ആ വന്ദ്യവയോധികൻ മനസ്സിലാക്കുകയും ചെയ്തു. എന്നെ ഇല്ലത്ത് സുരക്ഷിതമായി തിരിച്ചെത്തിച്ചാൽ സ്ഥാനം നൽകി പരിപാലിക്കാമെന്ന് അദ്ദേഹം ദേവിയോട് ഉള്ളുരുകി പ്രാർത്ഥിച്ചു. പ്രാർത്ഥിച്ച് കണ്ണ് തുറക്കുമ്പോഴേയ്ക്കും ഇരുട്ടിൽ ഒരു മുഖവും രണ്ട് ചൂട്ടുകളും കണ്ടു. ചൂട്ടുവെളിച്ചം കാട്ടി അദ്ദേഹത്തെ സുരക്ഷിത സ്ഥാനത്തെത്തിക്കുകയും മറയുകയും ചെയ്തു.

ഇല്ലത്തെത്തി പെട്ടെന്ന് തന്നെ കളിയാട്ടം തീരുമാനിക്കുകയും ചെറുതാഴത്തെ വേലസമുദായത്തിന് കുണ്ടോർ ചാമുണ്ഡി കെട്ടാനുള്ള അടയാളം കൊടുക്കുകയും ചെയ്തു. ഈ കഥ ആരോടും അദ്ദേഹം പറഞ്ഞിരുന്നില്ല. പക്ഷേ, അത്ഭുതമെന്നോണം കുണ്ടോർ ചാമുണ്ഡി ക്കോലം പുറപ്പാട് കഴിഞ്ഞ് അനുഗ്രഹം ചൊരിയുമ്പോൾ ഈ കഥ പറയുകയുണ്ടായി. ഇത് കേട്ട് നിന്നവരെ അത്ഭുത പരതന്ത്രരാക്കുകയും അതിന് ശേഷം വളരെ പ്രാധാന്യത്തോടെ കുണ്ടോർ ചാമുണ്ഡിയെ അവിടെ ആരാധിച്ച് വരികയും ചെയ്തു.

പടിഞ്ഞാറേ പേർക്കുണ്ടി ഇല്ലക്കാർ മുൻകാലത്ത് കുളപ്പുറത്ത് താമസിച്ചിരുന്നതിനാൽ അവിടുത്തെ നാട്ടുപരദേവതായ ഉറന്നിടത്ത് ചാൽ ഭഗവതിയും ആ ഇല്ലത്ത് സാന്നിധ്യം ചെയ്തു. പേർക്കുളങ്ങര ഭഗവതിയ്ക്കും ഉറന്നിടത്ത് ചാൽ ഭഗവതിയ്ക്കും തുല്യ പ്രാധാന്യം കൽപ്പിച്ച് വരുന്നു. രക്തേശ്വേരിയും പേർക്കുളങ്ങര ഭഗവതിയും പുലർച്ചെ ഒരുമിച്ചാണ് പുറപ്പാട്. ഈ ദൈവക്കോലങ്ങളുടെ പുറപ്പാട് നേരത്ത് പത്ത് ഗുരുതി ഒരുമിച്ചുള്ളത് ഒരു പ്രത്യേകതയാണ്. വേറൊരു പ്രത്യേകത ഇവിടെ എല്ലാ തെയ്യങ്ങൾക്കും ഗുരുതി ഉണ്ട് എന്നുള്ളതാണ്.

എടാട്ട് കണ്ണങ്ങാട്ട്

ചെറുതാഴത്തിന്റെ അയൽദേശമായ കുഞ്ഞിമംഗലം ഗ്രാമത്തിലാണ് എടനാട് എന്ന എടാട്ട് ദേശം. പയ്യന്നൂരിനെ തൊട്ടുനിൽക്കുന്ന സ്ഥലം. എടാട്ട് ദേശത്തെ ഈ കണ്ണങ്ങാട്ട് യാദവരുടെ പതിനൊന്ന് കണ്ണങ്ങാട്ടുകളിലൊന്നാണ്. പയ്യന്നൂർ പുഴയുടെ തീരത്തുള്ള ഈ ഗ്രാമത്തിന്റെ തൊട്ടുകുറി ആണ് എടനാട് കണ്ണങ്ങാട്ട് കാവ്. കണ്ണങ്ങാട്ട് ഭഗവതി, കുവളന്താറ്റിൽ ഭഗവതി, കേളൻകുളങ്ങര ഭഗവതി, പുതിയ ഭഗവതി, പുലിയൂർ കണ്ണൻ തുടങ്ങിയ തെയ്യക്കോലങ്ങൾ കെട്ടിയാടപ്പെടുന്ന കണ്ണങ്ങാട്ടെ കളിയാട്ടം ദൃശ്യഭംഗിയിലും ചടങ്ങുകളിലും മുൻനിരയിൽ നിൽക്കുന്ന കളിയാട്ടങ്ങളിലൊന്നുതന്നെ.

പുലർന്ന് വരുന്ന സമയത്ത് അതിമനോഹരിയായി മന്ദം മന്ദം പള്ളിയറ വലം വയ്ക്കുന്ന യോഗമായ ശ്രീ കണ്ണങ്ങാട്ട് ഭഗവതിയുടെ തേജോമയ രൂപം കോലത്ത് നാട്ടിലെ മറ്റൊരു അസുലഭ തെയ്യക്കാഴ്ചയാണ്. കണ്ണങ്ങാട്ട് കുവളന്താറ്റ് ഭഗവതിമാരുടെ പള്ളിയറയ്ക്ക് ചുറ്റുമുള്ള തോറ്റം എഴുന്നള്ളത്തും മനോഹരമാണ്. എടാട്ട് ദേശത്തിന്റെ നാട്ടുദേവതയായ കേളൻകുളങ്ങര ഭഗവതിയുടെ കൊടിയില തോറ്റം കാണേണ്ട കാഴ്ചയാണ്. മുറുകിയ ചെണ്ടയും ഇരുളണഞ്ഞ നേരവും നിറയെ വീശുന്ന ചൂട്ടുവെളിച്ചങ്ങളും അതിനിടയിൽ തെളിയുന്ന പെരുവണ്ണാന്റെ രൗദ്രം തുളുമ്പുന്ന മുഖവും കൈകളിലെ കത്തിച്ച് വച്ച കൊടിയിലയും എടാട്ട് മാത്രം കാണുന്ന കാഴ്ചകളാണ്. എടാട്ട് ഭാഗത്തെ നാഗകന്നി കോലം വളരെ ഭംഗിയുള്ളതാണ്. നാഗാരാധനയ്ക്കും കെട്ടിയാട്ടത്തിനും വലിയ പ്രാധാന്യമുള്ള സ്ഥലമാണ് എടാട്ട്.

പയ്യന്നൂർ പെരുമ എന്ന് പറയുന്നത് കേളി കേട്ട പയ്യന്നൂർ നഗരം മാത്രമല്ല അതിന് ചുറ്റിലുമായി കിടക്കുന്ന ഈ ദേശങ്ങൾ കൂടിയാണ്.

ഒഴിഞ്ഞ കളിയരങ്ങ്

മനസിന്റെ തിരശീലയഴിച്ചു വച്ചു. കളിവിളക്ക് തെളിഞ്ഞ് കത്തുന്നത് മനസിലാണ്. എട്ടുകെട്ടിന്റെ പടിപ്പുരയ്ക്കൽ ഓർമകളുടെ തിരനോട്ടം.

കോട്ടക്കുന്നിന്റെ ചെരുവിൽ നിന്ന് വന്ന കാറ്റത്ത് വാരണക്കോട്ടെ കളിയരങ്ങ് അപ്പൂപ്പൻ താടി പോലെ പറന്നു പൊങ്ങിയെവിടെയോ ഇല്ലാതായി. ഭീമനും അർജ്ജുനനും നളനുമൊക്കെ പറമ്പിലും തൊടിയിലും മറഞ്ഞിരുന്നു. ഓട്ടിൻ തുമ്പത്തും അമ്പലമുറ്റത്തും അരയാൽത്തറയിലുമൊക്കെയായി പാട്ടും കേളികൊട്ടും കാതുകളെ തേടിയലഞ്ഞു നടന്നു. അയ്യപ്പൻകാവിന്റെ പടിഞ്ഞാറെ നടയ്ക്കൽ നിന്ന് വാരണക്കോട്ടേയ്ക്കുള്ള വഴി നീളെ കാട്ടുപൊന്തകൾക്കുള്ളിൽ നിന്ന് നാമം വച്ച മുഖങ്ങളെത്തി

നോക്കി. പച്ച കനത്ത കാവകങ്ങളിലേയ്ക്ക് പച്ച വേഷങ്ങളോടി മറഞ്ഞു. പടിക്കെട്ടുകളിലിരുന്നമർന്ന കരിയിലകളിൽ കരിവേഷങ്ങളെരിഞ്ഞു തീർന്നു. കഥയില്ലാത്ത മനസ്സുകളിൽ കളി കാര്യമില്ലെന്ന് തോന്നി. കളിക്കാരെ മറന്നു, കളിയരങ്ങുകളൊഴിഞ്ഞു.

കലാമണ്ഡലം കൃഷ്ണൻ നായരെന്ന മഹാനായ കലാകാരനെ കേരളത്തിന് സമർപ്പിച്ച ചെറുതാഴം വാരണക്കോട്ടില്ലം. വാരണക്കോട്ടെ കളിവിളക്കുകളിൽ തെളിഞ്ഞ ആ മുഖശോഭയെ കൊച്ചിയും തിരുവിതാംകൂറും നെഞ്ചിലേറ്റി, വടക്കൻ മലബാർ മറന്നു. വാരണക്കോട്ടിനും കൃഷ്ണനും കഥകളിയുടെ ആധുനിക ചരിത്രത്തിൽ വലിയ സ്ഥാനമുണ്ട്.

ചെറുതാഴ്വാരം

കോട്ടക്കുന്നിനും ഉച്ചൂളിക്കുന്നിനും ഉദയം കുന്നിനും ഒരു ചെറുതാഴ്വാരമുണ്ട്. മനസ് വിളിക്കുന്നയിടം, ചെളിമണ്ണായാലും കാലുറച്ച് നിൽക്കാം. ഒരു ദിവസം മുഴുവനവിടെയായിരുന്നു. പതിനേഴാം നൂറ്റാണ്ടിന്റെ തുടക്കത്തോടെ അവിടെയനേകം മാറ്റങ്ങളുണ്ടായി. കളപ്പുറത്ത് ശാസ്താവും ദേവരോടൊത്ത് മറ്റുമനേകം ദൈവങ്ങൾ ഈ മണ്ണിലിരുന്നമർന്നു. തെയ്യവും പോതിയും തുളുനാട് കടന്നു വന്നു. കോലത്തു നാട്ടുവാഴുന്നടയോരായ ഉദയവർമന്റെ ക്ഷണം സ്വീകരിച്ച് തുളു സംസ്കൃതി മലയാള നാട്ടിലേയ്ക്കിങ്ങ് പോന്നു. ക്രമേണ രണ്ടും കലർന്നൊന്നായി, കണ്ണിന് കണ്ണായ കാഴ്ചകളായി. ഉദയം കുന്നിലുദയം കണ്ട് കോട്ടക്കുന്നിൽ സൂര്യൻ താഴുന്നത് കണ്ട് ചെറുതാഴത്തിന്റെ അമ്പലമുറ്റങ്ങളും വാരണക്കോട്ട് മനയുടെ ഭീമൻ പടിപ്പുരയും നാലുകെട്ടുകളുടെ ഇരുട്ടകങ്ങളും നടുമുറ്റവും കാവുകളും അവിടുത്തെ ദൈവങ്ങളേയും കണ്ട് വിട പറയുമ്പോൾ മഴ പെയ്യുന്നുണ്ടായിരുന്നു. മഴ കനത്തു പെയ്താലാമ്പൽ പൂക്കൾ നിറയുന്ന ഭാസ്കരൻ പീടികയിലെ വയലുകൾ മഴയത്തും തെളിഞ്ഞു കണ്ട നേരിയ നിലാവത്ത് വിറങ്ങലിച്ച നിന്നു. അതിയടം കഴിഞ്ഞ കുന്ന് കയറി ഏഴോത്തെത്തിയത് കുത്തനെ പെയ്യുന്ന മഴയെ വകഞ്ഞു മാറ്റിയായിരുന്നു. വെള്ളക്കെട്ടിൽ പെടാതെ മറുകരെ തോണിയടുപ്പിച്ചപ്പോഴോർമ വന്നത് രാഘവപുരത്തെ അമ്പലക്കെട്ടിൽ നിന്നും ഉച്ചൂളിക്കുന്നിന്റെ പടിഞ്ഞാറെ ചെരുവിലെ ഇരുണ്ട കാനനത്തിലേയ്ക്ക് പറന്നകലുന്ന മയിലുകളെയാണ്.

മുരിക്കഞ്ചേരി കുഞ്ഞിക്കേളു

മുരിക്കഞ്ചേരി

മാടായി പ്രദേശത്ത് മുരിക്കഞ്ചേരി എന്ന പുരാതന കുടുംബത്തിന്റെ നാല് താവഴികൾ ഉണ്ടെന്നാണ് അറിവ്. ഏഴോത്ത് ഉള്ള കിളിയറ മുരിക്കിഞ്ചേരി, മാടായി ഉള്ള മലപ്പിൽ മുരിക്കിഞ്ചേരി (മലാമ്പ്), കേയില്ലത്ത് മുരിക്കിഞ്ചേരി, ഏഴോത്ത് തന്നെയുള്ള മുരിക്കിഞ്ചേരി (മുരിക്കിഞ്ചേരി എന്ന് മാത്രമേ പ്രസ്തുത തറവാട്ടുകാർ ഇനീഷ്യൽ ആയി വയ്ക്കാറുള്ളു) എന്നിവയാണവ. മൂല കുടുംബം ഒന്നെന്ന രീതിയിൽ വളരെ അടുത്ത ബന്ധം പുലർത്തിപ്പോരുന്നവയാണ് ഈ തറവാട്ടുകൾ. മുരിക്കഞ്ചേരി, മുരിക്കിഞ്ചേരി, മുരിക്കുഞ്ചേരി, മുരിക്കെഞ്ചേരി എന്നൊക്കെ സംസാരഭാഷയിൽ പറയാറുണ്ട്. വടക്കൻ പാട്ടുകളിൽ പ്രതിപാദിച്ചിട്ടുള്ള മുരിക്കഞ്ചേരി കുഞ്ഞിക്കേളു തങ്ങളുടെ പൂർവികൻ ആണെന്നുള്ള വിശ്വാസം ഈ നാല് താവഴികളിലും ഇന്നും നിലനിൽക്കുന്നു. ലഭ്യമായ തെളിവുകൾ വടക്കൻ പാട്ടുകൾ മാത്രമാണ്. കേളു നായരുടെ വിളനിലം മാടായി ആയതിനാലും മാടായിക്കാവുമായുള്ള ദൃഢമായ ബന്ധവും ഈ വിശ്വാസത്തിന് അടിവരയിടുന്നു. മുരിക്കഞ്ചേരി എന്ന പേരിൽ പരസ്പര ബന്ധമുള്ള നാല് താവഴികൾ മാടായി പ്രദേശത്ത് ഉണ്ട് എന്നതും അവർക്ക് കോലസ്വരൂപമായും മാടായിക്കാവുമായും ബന്ധം ഉണ്ട് എന്നതും ഇതിനോട് കൂട്ടിവായിക്കാം.

ഈ താവഴികളൊക്കെ പഴയ വടക്കൻ കുറ്റി സ്വരൂപത്തിൽ മാടായിക്കാവിൽ നിന്ന് അധികം അകലെയല്ലാതെ സ്ഥിതി ചെയ്യുന്നു. പഴയ കാലങ്ങളിൽ മാടായിക്കാവുമായി ആചാര ബന്ധവും ഉണ്ടായിരുന്നു.

മാടായിക്കാവിലച്ചിയെ തറവാട്ട് പരദേവതയായി കരുതിപ്പോരുന്നു. ഇതിൽ എഴോത്തുള്ള 'മുരിക്കിഞ്ചേരി' ഒഴികെയുള്ള മറ്റ് മൂന്ന് താവഴികളിലും കളിയാട്ടം പതിവുണ്ട്. കിളിയറ മുരിക്കിഞ്ചേരിയും മുരിക്കിഞ്ചേരിയും പഴയ കാലത്ത് ഒരു കുടുംബം ആയിരുന്നു എന്ന് അഭിപ്രായം ഉണ്ട്. തിരുവർകാട്ട് ഭഗവതി (സർവേശ്വരിയമ്മ എന്ന് വരവിളിക്കുന്നു), വിഷ്ണുമൂർത്തി, വിഷ്ണുകുട്ടി ശാസ്തപ്പൻ, ഭൈരവൻ, ഉച്ചിട്ട ഭഗവതി, ശ്രീഭൂതം, കന്നിക്കൊരുമകൻ എന്നീ സങ്കൽപങ്ങൾ ആണ് തറവാട്ട് കൊട്ടിലകത്ത് ആരാധിച്ച് വരുന്നത്. കന്നിക്കൊരുമകൻ ഒഴികെയുള്ള തെയ്യങ്ങൾ കിളിയറ മുരിക്കിഞ്ചേരിയിൽ ധനു 22,23 തീയതികളിൽ കെട്ടിയാടാറുണ്ട്. പ്രത്യേകം പള്ളിയറ ഉള്ളതിനാൽ മലപ്പിൽ മുരിക്കിഞ്ചേരിയിൽ കന്നിക്കൊരുമകന് കോലം ഉണ്ട്. പല വർഷങ്ങളായി കളിയാട്ടം ഇല്ലാത്തതിനാൽ കേയില്ലത്തെ കളിയാട്ടത്തെ കുറിച്ച് വ്യക്തമായ വിവരങ്ങൾ ലഭിച്ചിട്ടില്ല. എന്നിരുന്നാലും മൂന്ന് താവഴികളിലും ഒരേ ദേവതമാരെ ആണ് ആരാധിച്ചിരുന്നത് എന്നത് സ്പഷ്ടമാണ്. തറവാട്ട് പറമ്പിലായി സർപ്പക്കാവും ആയില്യ പൂജയും ഉണ്ട്. എല്ലാ മാസവും സംക്രമത്തിന് കലശവും പതിവുണ്ട്.

മലപ്പിൽ മുരിക്കിഞ്ചേരിക്ക് മാട്ടൂൽ കുറുമ്പക്കാവിലും മുരിക്കിഞ്ചേരിയ്ക്ക് ഏഴോം കുറുമ്പക്കാവിലും കോയ്മ സ്ഥാനം ഉണ്ട്. വടക്കൻ കുറ്റി സ്വരൂപം മൂന്ന് തറ അഞ്ഞൂറ് നായന്മാരിലെ ഒരു വിശേഷപ്പെട്ട ആചാരമായ മാടായിക്കാവിലെ കാര്യം പറയുന്നച്ഛൻ സ്ഥാനം വഹിക്കേണ്ടത് എഴോത്തെ കിളിയറ മുരിക്കിഞ്ചേരി കാരണവർ ആണ്. പാലോട്ട് ദൈവത്തിന്റെ കഥയിലും വയനാട്ട് കുലവന്റെ കഥയിലും മുരിക്കിഞ്ചേരി അകമ്പടിയെ ക്കുറിച്ച് പരാമർശം ഉണ്ട്.

"പന്നീനയും നരീനയും അഴീക്കോട്ട് തറയിൽ പട്ടറതായപ്പടിക്കന്നുറ്റംകോലാഴമുള്ള കിണറ്റിൽകൊണ്ടമർത്തു. ഇതിന്റീതോരംശം പറയിക്കാൻ ഒരു ആൾത്തരം വേണമല്ലോ? തന്നെപ്പോലെ താടീം തലീം നരച്ചിരിക്കുന്ന മുരിക്കുഞ്ചേരി അകമ്പടീനക്കൊണ്ട് ചെവിട്ടുംകുണ്ടിൽ വെടീം വെപ്പിച്ച്"

വയനാട്ട് കുലവൻ ദൈവത്തിന്റെ മുമ്പുസ്ഥാനത്തിൽ നിന്നുള്ള ഒരു ഭാഗമാണ് മുകളിൽ കൊടുത്തിരിക്കുന്നത്.

കേരളോത്പത്തി പ്രകാരം തെക്കൻ കുറ്റിൽ മുരിക്കഞ്ചേരിക്കാരിഷത്തിന് മുമ്പ് (തെക്കൻ കുറ്റി സ്വരൂപത്തിന്റെ മുഖ്യ കാര്യ സ്ഥാനം) എന്നും മുണ്ടയോടൻ കാരിഷത്തിന് പിമ്പ് എന്നും രേഖപ്പെടുത്തിയിരിക്കുന്നു. തെക്കൻ കുറ്റിൽ 'അകത്ത് ചേർന്നവരിൽ' രണ്ടിലും നായന്മാരിൽ മുരിക്കഞ്ചേരിക്കാരിഷത്തിന് മുമ്പും ചെങ്ങുനിക്ക് പിമ്പും എന്ന് പറയുന്നു.

രണ്ടില്ലത്തിനും കൂടി ഒരാചാരം, തെക്കൻ കൂറ്റിൽ കാരിഷം അതിൽ ചെങ്ങുനി, മുരിക്കഞ്ചേരി മുമ്പും കയ്യും എന്ന പരാമർശവും ഉണ്ട്. ചെങ്ങുനി തറവാട്ടുകാരും കിളിയറ മുരിക്കഞ്ചേരി തറവാട്ടുകാരും ഈയടുത്ത കാലം വരെ സ്ഥിരമായി വിവാഹ ബന്ധത്തിലേർപ്പെട്ടിരുന്നു എന്നത് ഇതുമായി കൂട്ടിവായിക്കാം. അത്ര അടുത്ത ബന്ധമാണ് ഈ തറവാട്ടു കാർക്ക് ഇന്നും. മുരിക്കഞ്ചേരിയെയും ചെങ്ങുനിയെയും ചേർത്ത് രണ്ടില്ലം എന്ന പ്രയോഗം കേരളോത്പത്തി, തെയ്യം വാചാലുകൾ എന്നിവയിലു ണ്ട്. വേട്ടയ്ക്കൊരുമകന്റെ മുൻപുസ്ഥാനത്തിൽ ചാലാ കടമ്പൂർ മാവില മരുതിയോടൻ ചെങ്ങുനി മുരിക്കഞ്ചേരി നാലും രണ്ടില്ലം കരക്കാർത്താ ക്കന്മാരാക്ക് കൈയാധാരമായി നിലകൊണ്ടു എന്ന പരമാർശം ഉണ്ട്. ഇതിൽ നിന്ന് തെക്കൻ കുറ്റി സ്വരൂപത്തിൽ (കണ്ണൂർ പ്രദേശം) നിന്ന് മാടായി ഭാഗത്തേയ്ക്ക് വന്നവരായിരിക്കാം ഇവരെന്ന് അനുമാനിക്കാം. മുരിക്കഞ്ചേരിക്കേളു അഴീക്കോട്ട് ദേശക്കാരൻ ആണെന്ന് പറയപ്പെടുന്നു (ചാലാട്ട് തറ). അഴീക്കോട് തെക്കൻ കുറ്റി സ്വരൂപത്തിലാണ്. അഴീ ക്കോട്ട് മുരിക്കഞ്ചേരി തറവാടിന് കിഴക്കേ കണ്ണോത്ത്, പടിഞ്ഞാറേ കണ്ണോത്ത്, രയരോത്ത് കണ്ണോത്ത്, ഒതയോത്ത് കണ്ണോത്ത് എന്നിങ്ങനെ നാല് ശാഖകൾ ഉണ്ട്. ഇതിൽ മുരിക്കഞ്ചേരി പടിഞ്ഞാറേ കണ്ണോത്ത് താവഴി ആണ് കേളുവിന്റെ മൂലകുടുംബം എന്ന് വിശ്വാസ മുണ്ട്.

മുരിക്കഞ്ചേരി കേളുവിന് ശേഷമായിരിക്കാം മുരിക്കഞ്ചേരി കുടുംബ ക്കാർക്ക് വടക്കൻ കുറ്റി സ്വരൂപത്തിലും മാടായിക്കാവിലും സ്ഥാനമാന ങ്ങൾ ലഭിച്ചത്. കേളു ചിറക്കൽ തമ്പുരാനായി തെറ്റിയതോടെ തെക്കൻ കൂറ്റിൽ കാരിഷം എന്ന സ്ഥാനം കേളുവിന്റെ തറവാട്ടുകാർക്ക് നഷ്ടമാ യിരിക്കാനും വടക്കൻ കുറ്റി സ്വരൂപത്തിലേയ്ക്ക് അധികാരാവകാശങ്ങൾ ചുരുക്കപ്പെട്ടതുമാവാം. ഇതൊരനുമാനം മാത്രമാണ്. മുരിക്കഞ്ചേരി മൂലകുടുംബം മാടായി ഭാഗത്ത് തന്നെയാവാനും പിന്നീട് തെക്കോട്ടേയ്ക്ക് പോയതാകാനും ഒരു സാധ്യതയുണ്ട്. കാരണം, മാടായി ഭാഗത്തുള്ള താവഴികൾക്ക് നല്ല പഴക്കം കൽപിക്കപ്പെടുന്നു. കണ്ണോത്ത് എന്ന താവഴിപ്പേരുള്ളതിനാൽ കണ്ണവത്ത് നിന്നും വന്നവരാകാൻ മറ്റൊരു സാധ്യതയുമുണ്ട്.

ശ്രീ വിഷ്ണു നമ്പൂതിരി ശേഖരിച്ച ഒരു വടക്കൻ പാട്ടിൽ കേളുവിന്റെ അമ്മാവന്റെ പേരും കേളു ആണെന്ന് പരാമർശം ഉണ്ട്. മുരിക്കഞ്ചേരി പരമ്പരയിൽ തന്നെ ഒരേ പേരിൽ ഒന്നിലധികം പേർ ഉണ്ടായിരുന്നോ എന്ന സംശയം ബാക്കിയാണ്. കോലത്ത് നാടിന്റെ മന്ത്രി ആയിരുന്ന മുരിക്കഞ്ചേരി കേളു തിരുവിതാംകൂറിലേയ്ക്ക് പോയെന്നും അദ്ദേഹത്തി ന്റെ പുത്ര പരമ്പരയിൽ ഉള്ളവരാണ് തങ്ങളെന്നും പ്രശസ്ത കവി

ശ്രീകുമാരൻ തമ്പി എഴുതിയിട്ടുണ്ട്. കേളു വടക്ക് ഇളംകുറ്റി സ്വരൂപം വരെ പോയതായും അദ്ദേഹത്തിന്റെ ഉടവാൾ ഒരു പ്രമുഖ തീയ്യത്തറവാട്ടിൽ ഇപ്പോഴും സൂക്ഷിച്ചിരിക്കുന്നതായും അറിവുണ്ട്.

വടക്കൻ പാട്ടുകളിൽ ഇല്ലാത്ത ചില കഥകൾ പയ്യന്നൂർ പ്രദേശങ്ങളിൽ (കോറോം, കാങ്കോൽ, കരിവെള്ളൂർ മുതലായ ദേശങ്ങളിൽ) ഉണ്ട്. ചിറക്കല്ലുമായി തെറ്റിയ ശേഷം അറക്കല്ലുമായി സഖ്യം ചേർന്ന് കേളു അവിടെ നാലുകെട്ടെ കോയ്മ എന്ന സ്ഥാനം കയ്യാളിയതായും പ്രസ്തുത മേഖലയിലെ നായർ പ്രമാണിമാരെയെല്ലാം തന്റെ വരുതിയിലാക്കിയതായും കഥകളുണ്ട്. കേളുവിനെതിരെ കൊടക്കൽ കുഞ്ഞിച്ചിണ്ടന്റെ ചെറുത്തുനിൽപ്പും സംഭവ വികാസങ്ങളും പാട്ടുകളായുണ്ട്. ഇങ്ങനെ അനവധിയനവധി കഥകൾ കേളുവിനെ കുറിച്ച് പറഞ്ഞു കേൾക്കുന്നു.

മുരിക്കഞ്ചേരി കുഞ്ഞിക്കേളു

കേളു എന്ന ധീരന്റെ അവശേഷിക്കുന്ന അടയാളങ്ങൾ ഫോക്ക്‌ലോർ അതികായന്മാർ ശേഖരിച്ച് വച്ചിട്ടുള്ള വടക്കൻ പാട്ടുകളും മുരിക്കഞ്ചേരി എന്ന കുടുംബനാമവും പയ്യാമ്പലത്തുള്ള രണസ്മാരകവുമാണ്. പറങ്കി പട്ടാളത്തിന്റെ വെടിയേറ്റ് വീണതല്ല, അതിനേക്കാൾ ധീരമായി, നാടുവാഴുന്നുടയവരുടെ അപ്രമാദിത്യത്തെ ചോദ്യം ചെയ്തു, മാടായി എരിഞ്ഞ പാറമ്മൽ തന്റെ പലിശ മറിഞ്ഞ് വീണ പോലെ കോലത്ത് നാട് കമിഴ്ത്തി വച്ച കേളുവിനെ ഏഴോളം പാളയം പട വളഞ്ഞ് വെടി വെച്ചിട്ടതാണ്. വെള്ളക്കുതിര മേൽ പാഞ്ഞ കേളുവിനെ നെറ്റിത്തടം നോക്കി വെടിവച്ചിട്ടത് മറ്റൊരു ധീരനാണ്, കല്യാട്ട് കുഞ്ഞിക്കണ്ണൻ - കേളു കാരണം കാട് കയറേണ്ടി വന്ന തമ്പുരാന്റെ മകൻ. കേളുവിനെ കുറിച്ചുള്ള വടക്കൻ പാട്ടുകളിൽ ചെറിയ വ്യത്യാസങ്ങൾ കാണുന്നുണ്ട്. ചിലതിൽ നായകനെങ്കിൽ മറ്റ് ചിലതിൽ പ്രതിനായകനാണ്. എന്ത് തന്നെയായാലും പാവങ്ങൾക്ക് തണലും പ്രമാണിമാർക്ക് കനലും ആയിരുന്നു കേളു. ചിറക്കൽ സ്വരൂപത്തെ വെല്ലുവിളിച്ച് ഒരു സമാന്തര അധികാര വ്യവസ്ഥ തന്നെ സൃഷ്ടിക്കാൻ തന്റെ ചുരുങ്ങിയ കാലം കൊണ്ട് കേളുവിന് കഴിഞ്ഞു. അച്ഛനെ പോലെ കൈ പിടിച്ച് വളർത്തിയ തമ്പുരാൻ തന്നെ എതിരായപ്പോഴും കേളു നായകനോ പ്രതിനായകനോ എന്ന ചോദ്യം ബാക്കിയാകുന്നു.

ചാലാട്ട് തറ വഴി പല്ലക്കിൽ ദേശസഞ്ചാരം നടത്തുകയായിരുന്ന ചിറക്കൽ തമ്പുരാൻ പാങ്ങളത്ത് വയലിൽ ഇട്ടീം കോലും കളിക്കുന്ന ആറുവയസ്സുകാരൻ കേളുവിനെ കാണുകയുണ്ടായി (വയലിൽ ഉതിർമണി പെറുക്കുന്ന നേരത്താണെന്ന് മറ്റൊരു പാട്ടിൽ പറയുന്നു). അവന്റെ അസാമാന്യ മെയ്‌വഴക്കവും കരുത്തും കണ്ടിഷ്ടമായ തമ്പുരാൻ

പാങ്ങളത്ത് വയലിലേയ്ക്ക് വന്നു. കൂടെയുണ്ടായിരുന്ന ഇരുപത്തിരണ്ട് കുട്ടികളും ഓടിമറഞ്ഞുവെങ്കിലും അവൻ മാത്രം തമ്പുരാന്റെ മുന്നിൽ കൈ കൂപ്പി നിന്നു.

മുരിക്കഞ്ചേരി വീട്ടിലെ കുട്ടിയാണെന്ന് ചോദിച്ചറിഞ്ഞ തമ്പുരാൻ അവന്റെ വീട്ടിൽ ചെല്ലുകയും വീട്ടുകാരുടെ അർദ്ധസമ്മതത്തോടെ ചിറക്കലിലേയ്ക്ക് കൂട്ടിക്കൊണ്ട് പോകുകയും ചെയ്തു.

കാൽക്കിട്ട കാൽ വള ഊരീറ്റില്ല, കൈക്കിട്ട കൈ വള ഊരീറ്റില്ല, ആറും നീങ്ങി ഏഴു വയസ്സേ ആവുന്നുള്ളൂ, ചാലാട്ട് തറയും കണ്ടവും നോക്കാൻ വേറെ ആളില്ല എന്നൊക്കെ അമ്മ പറഞ്ഞു നോക്കിയെങ്കിലും 'ഏതേതും പറയല്ലാ പെറ്റോരമ്മേ, എഴുത്തും പൊയ്ത്തും ഞാൻ പഠിപ്പിച്ചോളാം' എന്നും പറഞ്ഞ് തമ്പുരാൻ അവനെയും കൂട്ടി യാത്രയായി.

ചിറക്കലെത്തിയ കേളുവിനെ തമ്പുരാൻ വാത്സല്യം ആവോളം പകർന്നു നൽകി വളർത്തിയെന്നും തമ്പുരാൻ തന്നെ കൈപിടിച്ച് വളർത്തിയെന്നും പാട്ടുകളിൽ പറയുന്നു. ചിറക്കലെ നായന്മാർക്കൊക്കെ മുൻപായി നിന്ന കേളു എഴുത്തും പൊയ്ത്തും പടയും പടവെട്ടും നന്നായി പഠിച്ചുറച്ചു. ഇരുപത്തിരണ്ട് വയസ്സായ സമയത്ത് കോലത്ത് നാട് നടക്കുവാനും അടക്കാത്ത കരവും പണവും ഒക്കെ പിരിപ്പിക്കാനും നിയോഗിക്കപ്പെട്ടു. പാട്ടക്കാരെയും വാരക്കാരെയും വരുതിയിലാക്കുവാനും കോലത്ത് നാടടക്കുവാനും ചിറക്കലേയ്ക്ക് ധനലാഭമുണ്ടാക്കുവാനും കേളുവിന് സാധിച്ചു. ഏൽപ്പിച്ച കാര്യങ്ങൾ കേളു നന്നായിത്തന്നെ നടത്തിയെന്നും ചിറക്കലിലേയ്ക്ക് മെച്ചം വരുത്തിയെന്നും പാട്ടുകളിൽ പറയുന്നു.

തമ്പുരാന് ഇത്രയും വിശ്വസ്തനായിരുന്ന, വലം കൈ എന്ന് പറയാവുന്ന കേളു ആണ് പിന്നീട് തമ്പുരാനെതിരെ തിരിഞ്ഞത് എന്നത് അവിശ്വസനീയമായ ഒരു സംഭവം ആണ്. കേളുവിന്റെ വളർച്ചയിൽ അസൂയ പൂണ്ട ചില പ്രമാണിമാരുടെ സ്വാധീനം തന്നെയാവണം ഇതിന് കാരണം.

കേളുവിന് ഇരുപത്തേഴ് വയസ്സായപ്പോൾ മാടായിക്കോട്ടയ്ക്ക് ആളായി തമ്പുരാൻ നിയോഗിച്ചു. ഈ മാടായിക്കോട്ട ഇന്നത്തെ തെക്കിനാക്കീൽ കോട്ട തന്നെ ആണെന്നും അതല്ലെന്നും ഭിന്നാഭിപ്രായങ്ങളുണ്ട്. കോട്ടയ്ക്കാളായി കേളുവിനെ അയച്ചപ്പോൾ പണമൊന്നും തമ്പുരാൻ നൽകിയില്ലെന്ന് പാട്ടുകളിൽ പറയുന്നു. കടലായി കൃഷ്ണനെയും കളരിയാൽ ഭഗവതിയെയും അഗ്രശാല മാതാവിനെയും കൈതൊഴുത് കേളു മാടായിയിലേയ്ക്ക് പ്രയാണമാരംഭിച്ചു. ഓരോ സ്ഥലങ്ങൾ പിന്നിടുമ്പോഴും തുണ വന്നവരുടെ എണ്ണം കുറഞ്ഞുവന്നു. തുണയായി അയച്ച നായന്മാരിലൊരാള് പോലും താവം കടവെത്തിയപ്പോൾ

അവശേഷിച്ചില്ല. താവം കടവെത്തി തിരിഞ്ഞു നോക്കിയപ്പോൾ ആരെയും അവൻ കണ്ടില്ല. ചതിക്കപ്പെട്ടു എന്നവന് തോന്നി. എന്തു ചെയ്യേണ്ടു എന്നറിയാതെ വിഷണ്ണനായി നിന്ന ആ യുവാവ് താവം കടവിലെ തെങ്ങിൻ തലപ്പിൽ ഇരിപ്പുണ്ടായിരുന്ന നാൽപ്പാടിയുടെ ശ്രദ്ധയിൽപ്പെട്ടു. അദ്ദേഹം അവനെ കടവ് കടത്തി മാടായിലെത്തിച്ചു.

എരിവെയിലും ചൂടുമായി എരിഞ്ഞ പാറയിൽ തന്റെ ജീവിതം കരിഞ്ഞു തീർന്നേക്കുമെന്ന് അവന് തോന്നി. മാടായിക്കോട്ടയാകട്ടെ പ്രാരംഭദിശയിലാണ്. കോട്ട എന്ന് പറയാൻ മാത്രം ഒന്നും തന്നെയില്ല. പക്ഷെ ഏറ്റെടുത്ത ഉദ്യമത്തിൽ നിന്ന് വിട്ടുമാറാൻ അവൻ തയ്യാറാ യിരുന്നില്ല. തിരുവളോട്ട് (തിരുവർക്കാട്ട്) ഭഗവതിയുടെ തിരുവുള്ളം വിശ്വസിച്ച് കണ്ട് കോട്ടയുടെ പണി തുടങ്ങി.

ആ ഭാഗത്തുള്ള അടിസ്ഥാന വിഭാഗങ്ങളുമായെല്ലാം ചട്ടം കെട്ടി. അവരുടെയെല്ലാം ശ്രമഫലമായി കോട്ടയുയർന്നു. മാടായിക്കാവിലെ പിടാരന്മാരും അവനെ അകമഴിഞ്ഞ് സഹായിച്ചു. മാടായിക്കാവില ച്ചിയോടുള്ള അകമഴിഞ്ഞ വിശ്വാസമാണ് കേളുവിനെ ഇതിനൊക്കെ പ്രാപ്തനാക്കിയത്.

"മുരിക്കഞ്ചേരിക്കേളെ കുഞ്ഞിക്കേളെ കേളുവിക്കോട്ടേല് വന്ന കാലത്ത് മാടായിപ്പാറയും തെളിഞ്ഞത്ണ്ട് തിരുളോട്ട് കാവും തെളിഞ്ഞത്ണ്ട്" എന്ന് പാട്ടിൽ പറയുന്നു.

അങ്ങനെ പത്ത് പന്ത്രണ്ട് വർഷം കഴിഞ്ഞ കാലത്ത് കോട്ട കാണണമെന്ന് തമ്പുരാന് മോഹമുണ്ടായി എന്നും അതല്ല ചേറ്റുവായ് കരിമ്പനാട്ട് കുഞ്ഞിക്കണ്ണൻ എന്ന പ്രമാണി തമ്പുരാനെ സ്വാധീനിച്ച് മാടായിക്കോട്ടയുടെ പ്രഭുസ്ഥാനം കൈക്കലാക്കാൻ ശ്രമിച്ചു എന്നും പറയുന്നു.

എന്ത് തന്നെയായാലും പരിവാരസമേതം കോട്ട കാണാൻ ചിറക്ക ലിൽ നിന്ന് എഴുന്നള്ളിയ തമ്പുരാനെ കേളു സ്വീകരിച്ചില്ല എന്ന് മാത്രമല്ല മാടായിക്കോട്ടയുടെ നാഴിയും താക്കോലും തിരിച്ചു കൊടുക്കാൻ തയ്യാറാ യതും ഇല്ല. താവം കടവത്ത് നിന്ന് കേളു അനുഭവിച്ച അതേ വ്യഥകൾ തമ്പുരാനും അനുഭവിക്കേണ്ടി വന്നു. തമ്പുരാനും പരിവാരങ്ങളും കോട്ട പ്പടിയിൽ വന്ന് നിന്നപ്പോഴും കേളു പുറത്തുവന്നില്ല. കഠിന വാക്കുകൾ കൊണ്ട് ശകാരിച്ച തമ്പുരാൻ കേളുവിനോട് നാഴിയും താക്കോലും വച്ച് ഇറങ്ങിപ്പോകാൻ പറഞ്ഞു. കേളു അതേ നാണയത്തിൽ മറുപടി നൽകുകയും തന്റെ പലിശ ഉയർത്തിയെറിയുകയും ചെയ്തു. കമിഴ്ന്ന് വീണ പലിശ ചൂണ്ടി കേളു നടത്തിയ ശപഥം ധീരോദാത്തമെങ്കിലും പിതൃതുല്യനായി കരുതിയ തമ്പുരാനോട് അത് പറയേണ്ടി വന്നതിന്റെ

യഥാർത്ഥ കാരണം അവ്യക്തമാണ്. ഈ പലിശ കമിഴ്ന്ന് വീണ പോലെ കോലത്ത് നാട് കമിഴ്ത്തി വയ്ക്കുമെന്നും ചിറക്കൽ കോവിലകം ആനയെ കൊണ്ട് കെട്ടി വലിപ്പിച്ച് അടുക്കളയിൽ ചീര നട്ട് അറക്കൽ ബീവി യെക്കൊണ്ട് കറി വയ്പ്പിച്ച് കഴിക്കുമെന്നും ശപഥം ചെയ്തതായി ഒരു പാട്ടിൽ കാണുന്നു. പറഞ്ഞ പോലെ തന്നെ കേളു ശപഥം സാധിച്ചതായും ചിറക്കൽ തമ്പുരാന്മാരെ മൊത്തം കാട് കയറ്റിയതായും പറയപ്പെട്ടു ന്നു. അറക്കലുമായി ചേർന്ന് പല അനർത്ഥങ്ങൾ സൃഷ്ടിച്ചുവെന്നും മാടായിക്കാവൊഴിച്ചുള്ള പല സ്വരൂപക്ഷേത്രങ്ങളിലും അക്രമങ്ങൾ അഴിച്ചുവിട്ടുവെന്നും ചില പാട്ടുകളിൽ പറയുന്നു.

കുടക് മല കയറേണ്ടി വന്ന തമ്പുരാൻ വലിയ പട്ടാണി എന്ന കൊള്ളത്തലവന്റെ ബന്ധനത്തിലാവുകയായിരുന്നു. തമ്പുരാന്റെ മകനായ കല്യാട്ട് കുഞ്ഞിക്കണ്ണനെ ബാല്യകാലത്ത് കേളുവിന്റേതിന് സമാനമായ ഒരു സാഹചര്യത്തിൽ വലിയ പട്ടാണി കടത്തിക്കൊണ്ട് പോയതാണ്. അവൻ അവരുടെ കൂട്ടത്തിൽ വളരുകയും അവന് പ്രായ മെത്തിയപ്പോൾ പട്ടാണി സ്വന്തം മകളെക്കൊണ്ട് അവനെ വിവാഹം കഴിപ്പിക്കുകയും ചെയ്തു. അച്ഛൻ ബന്ധനസ്ഥനായ വിവരം അറിഞ്ഞ കണ്ണൻ തകർന്നിരുന്നപ്പോൾ കണ്ണന്റെ ഭാര്യയായ കന്നിടോത്തി കുതി രപ്പുറത്തേറി തന്റെ അച്ഛനായ പട്ടാണിയുടെ അടുത്തേയ്ക്ക് പോകുകയും കാര്യം ധരിപ്പിക്കുകയും ചെയ്തു.

കുഞ്ഞിക്കണ്ണനും തമ്പുരാനും കണ്ടുമുട്ടുകയും പട്ടാണിയുമായി സഖ്യം ചേർന്ന് ഏഴോളം പാളയം പട വരുത്തി അപ്രതീക്ഷിതമായി കേളുവിനെ വളയുകയും ചെയ്തു. ഒരു വെള്ളക്കുതിരപ്പുറത്ത് കേളു രക്ഷപ്പെടാൻ ശ്ര മിച്ചെങ്കിലും പയ്യാമ്പലം കടപ്പുറത്ത് വച്ച് നെറ്റിത്തടത്തിൽ വെടിയേറ്റ് വീണു. അവിടെയാണ് ഇന്നുള്ള സ്മാരകം എന്ന് വിശ്വസിക്കപ്പെടുന്നു. അറക്കൽ തങ്ങൾ ആദരപൂർവം കേളുവിനെ അവിടെ സംസ്കരിക്കുകയും വിളക്ക് വച്ച് വരികയും ചെയ്തിരുന്നതായി പറയപ്പെടുന്നു.

മറ്റൊരു പാട്ടിൽ കേളുവിന്റെ സമീപനം അൽപ്പം കൂടി മൃദുവായിരു ന്നു. പന്ത്രണ്ട് വർഷക്കാലം താനനുഭവിച്ച യാതനകൾ പങ്ക് വയ്ക്കുകയും നാട്ടിൽ നിന്നും വീട്ടിൽ നിന്നും തന്നെ അകറ്റി കൂടെ കൊണ്ട് പോയ തമ്പുരാൻ തന്നെ തന്നെ കൈ വിട്ടതിലുള്ള അമർഷവും അവൻ പ്രക ടിപ്പിച്ചു. തമ്പുരാൻ തനിക്ക് ഒരു താക്കോലും തന്നിട്ടില്ലെന്നും മാടായി ക്കാവിലച്ചി തുണയുണ്ടായിട്ടാണ് ഇത്രയെങ്കിലുമായത് എന്നും പറഞ്ഞ് തിരുവർകാട്ട് കാവിന്റെ പടി മേൽ മാടായിക്കോട്ടയുടെ നാഴിയും താക്കോലും വച്ച് ഇറങ്ങുകയും അഭയത്തിനായി നേരെ അറയ്ക്കലിലേയ്ക്ക് പോകുകയും ചെയ്തു. അറക്കലേയ്ക്ക് പോയ കേളുവിനെ തങ്ങൾ ആദ്യം മണിയാറിടത്തിലേയ്ക്ക് പറഞ്ഞയച്ചു. മാതുലസ്ഥാനത്തുള്ള മണിയാറിടം

കോയ്മയുടെ കൂടെ അവിടത്തെ ചിത്രപ്പണികൾ കണ്ട് ആസ്വദിക്കുന്ന കേളു തന്റെ അവസാനകാലത്തും സ്ഥിതചിത്തനായിരുന്നു എന്ന സൂചന നൽകുന്നു.

തന്നെ ചിറക്കൽ സൈന്യം വകവരുത്തും എന്നുറപ്പായ കേളു ഒരു വെള്ളക്കുതിരയെ മാത്രം തങ്ങളോട് ചോദിച്ചു. കേളുവിന്റെ ഈ അവസ്ഥ കണ്ട് തങ്ങളുടെ കണ്ണുകൾ നിറഞ്ഞൊഴുകി.

തിരുവർകാട്ട് ഭഗവതിയമ്മയെ അവസാനമായി കണ്ട് കൈ തൊഴ ണമെന്ന നിനച്ച കേളു

വെള്ളക്കുതിരയുമായി മാടായി തിരുവർകാട്ട് കാവിലേയ്ക്ക് കുതിച്ചു. കോലത്ത് നാടെങ്ങും പാളിയൻ പടകൾ നിരന്നുവെന്നും വെള്ളക്കു തിരയുമായി പറക്കുന്ന കേളുവിനെ അവർക്ക് കണ്ട് കിട്ടുന്നില്ല എന്നും പാട്ടിൽ പറയുന്നുണ്ട്.

“വെള്ളക്കുതിര പറക്കുന്നതാ വാളും പരിചേം പിടിച്ചു കേളു

ഓമനചിറക്കന്ന് പറന്നുകേളു

കളരിയാകളരീരേ വലത്തേവന്നു

വെള്ളക്കുതിരേരെ പറക്കൽ കണ്ടാൽ പാളിയൻ പടയ്ക്കങ്ങടുത്തും കൂടാ പാളിയൻ പടയ്ക്ക് കണ്ണ് പറ്റുന്നില്ല”

“കളരിയാ മോലോത്ത് കൈതൊഴുത് വളപട്ടണം കടവ് പറന്നുക ടന്നു” എന്നൊക്കെ അതിശയോക്തിപരമായി പാട്ടിൽ വിവരിക്കുന്ന ന്നുണ്ട്.

ചെറുകുന്നത്തമ്മയേയും കണ്ണപുരത്തപ്പനേയും കൈ തൊഴുത് താവം കടവ് പറന്ന് കടന്നുവെന്നും മാടായിനാട്ടിലുള്ള സകലജ നങ്ങളോടും അനുവാദവാക്കുചൊല്ലി ചെങ്ങൽ കൂലോത്ത് പോയി ലോഹ്യം പറയുകയും ചെങ്ങലെ വീട്ടുകാരെയും നാട്ടുകാരെയും കണ്ട് കൈ വണങ്ങി എന്നും പറയുന്നു. എഴോത്തുള്ള കിളിയറ മുരിക്ക ഞ്ചേരി തറവാട് ചെങ്ങൽ ദേശത്ത് നിന്ന് ഏഴോത്ത് വന്നവരാണ്. ‘ചെങ്ങലെ വീട്ടുകാർ’ എന്ന് പാട്ടിൽ പറഞ്ഞിരിക്കുന്നത് കിളിയറ താവഴിയെ തന്നെ ആവാം. കേളു മാടായിയിലേയ്ക്ക് വരുന്ന കാലത്ത് തന്നെ മറ്റ് മുരിക്കഞ്ചേരി താവഴികൾ അവിടെ ഉണ്ടായിരുന്നു എന്ന സാധ്യത ഇവിടെ പുനഃപരിശോധിക്കാവുന്നതാണ്.

“ചെങ്ങേലെ നാട്ടുകാരേ വീട്ടുകാരേ ഇക്കണ്ട കാഴിച്ച നമ്മളൊക്കെ

എന്നും പറഞ്ഞു കുതിര പറക്കുന്നതാ മോലോവും തട്ടും പുറം കേറുന്നാ”

അടുത്തില നാട് വാഴുന്നുടയവരോടും കൈ കൊടുത്ത് മാടായിക്കാവിലച്ചിയുടെ നടയിൽ എത്തിച്ചേർന്നു. താൻ ചെയ്തത് തെറ്റാണെങ്കിൽ വല്ല വഴിയിലും വീണ് മരിക്കട്ടെയെന്നും അല്ല എങ്കിലും സ്വന്തം നാട്ടിൽ ഐക്കോട്ട് തറയിൽ തന്നെ മരിക്കണമെന്നും അവൻ അമ്മയോട് പറഞ്ഞു. തുടർന്ന് ഐക്കോട്ട് തറയിലേക്ക് കുതിരയെ പറപ്പിച്ചു. പോകുന്ന വഴി വടുകുന്ദചിറയ്ക്കരികിൽ കുതിരയെ നിർത്തി മാടായിക്കാവിലമ്മ നീരാടിയ നീര് കുടിച്ച് ദാഹമകറ്റിയെന്നും യാത്ര തുടർന്നുവെന്നും പറയുന്നു.

അഴിക്കോട്ട് കടൽക്കര വഴി പറന്ന് ചാലാട്ട് കര കടന്ന് ഐക്കോട്ട് തറയാലെ പോയി ചാലാട്ട് മണലും കഴിഞ്ഞങ്ങനെ പയ്യാമ്പലം കുന്ന് കേറുന്നേരം കുതിരയും കേളുവും വീണുവെന്നും അങ്ങനെ ഐക്കോട്ട് തറയിൽ തന്നെ കേളു മരിച്ചു വീണുവെന്നും വിവരിക്കുന്നു.

കേളുവിനെ കുറിച്ചുള്ള ആറ് പാട്ടുകൾ ആണിവിടെ പഠന വിഷയമാക്കിയത്. അതിൽ അഞ്ചെണ്ണം ശ്രീ എം വി വിഷ്ണു നമ്പൂതിരി സമാഹരിച്ചതും (മുരിക്കിഞ്ചേരിക്കേളുവിന്റെ പാട്ടുകഥ) ഒന്ന് ശ്രീ ആർ സി കരിപ്പത്ത് മാഷ് (മുരിക്കിഞ്ചേരിക്കേളുവും അറയ്ക്കൽ ബീവിയും) രേഖപ്പെടുത്തിയതും ആണ്. ആറ് പാട്ടുകളിൽ ആറ് തരത്തിൽ കഥ പറഞ്ഞിരിക്കുന്നതിൽ നിന്ന് സ്വാംശീകരിച്ചെടുത്ത രണ്ട് സാധ്യതകളാണ് മുകളിൽ പറഞ്ഞത്. വീരപദാനപ്പാട്ടുകൾ ആയതിനാൽ ചരിത്രരേഖകൾ എന്ന രീതിയിൽ കാണാൻ സാധിക്കില്ലെങ്കിലും ചരിത്രപഠനത്തിന് ഈ പാട്ടുകൾ വലിയ മുതൽക്കൂട്ടാണ്. ഏറെ ശ്രമകരമായ ഈ സമ്പാദനത്തിന് ഫോക്ക്‌ലോർ ഗവേഷണരംഗത്തെ അതികായന്മാരോട് നന്ദി രേഖപ്പെടുത്തുന്നു.

അതിശയോക്തി കലർന്ന ഒരുപാട് നിമിഷങ്ങളുണ്ടെങ്കിലും അന്നത്തെ കാലത്തെ കുറിച്ചുള്ള വിലപ്പെട്ട ഒരുപാട് വിവരങ്ങൾ ഇവയിലുണ്ട്. ഈ പാട്ടുകളുടെ സ്രഷ്ടാക്കൾ പ്രതിഭാശാലികൾ ആണെന്നതിൽ യാതൊരു തർക്കവുമില്ല. കേളുവിന്റെ മരണത്തിന് തൊട്ടുമുൻപുള്ള കാര്യങ്ങൾ കാവ്യാത്മകമായാണ് വിവരിച്ചിരിക്കുന്നത്. ഒരു എഴുത്തിനും ഈ പാട്ടുകളുടെ ഭംഗി തരുവാൻ കഴിയുമെന്ന് തോന്നുന്നില്ല.

ഇതിലെവിടെയും പറങ്കികൾക്കെതിരെ കേളു പോരാടിയിരുന്നു എന്ന് കാണുന്നില്ല. ഇനി അങ്ങനൊരു സാധ്യത ഉണ്ടെങ്കിൽ അതിനൊരു തുറന്ന പഠനം ആവശ്യമാണ്. ഈ കഥകളിലൊക്കെ തോക്ക് ഒരു പ്രധാന ആയുധമായതിനാൽ പോർച്ചുഗീസുകാരുടെ ആഗമനത്തിന് ശേഷം തന്നെയായിരിക്കണം ഈ സംഭവങ്ങൾ നടന്നത് എന്ന് കരുതാം. മനഃപൂർവം ചരിത്രത്തിൽ നിന്ന് അവ നീക്കം ചെയ്തവയാണോ എന്ന് പരിശോധിക്കേണ്ടിയിരിക്കുന്നു. കേളുവും

തമ്പുരാനും തമ്മിൽ തെറ്റാനുണ്ടായ യഥാർത്ഥ കാരണം വ്യക്തമല്ല. ചില പാട്ടുകളിൽ ആദ്യം പകുതിയിൽ നിന്ന് തീർത്തും വ്യത്യസ്തമായ സ്വഭാവം കേളു രണ്ടാം പകുതിയിൽ കാണിക്കുന്നു എന്നതും ആശയ ക്കുഴപ്പം ഉണ്ടാക്കുന്നതാണ്.

മുരിക്കിഞ്ചേരി കേളുവിനും കല്യാട്ടെ കുഞ്ഞിക്കണ്ണനും ഒരുപാട് സമാനതകൾ ഉള്ളതായി കാണാം. രണ്ട് പേരുടേയും കുട്ടിക്കാലം ഏതാണ്ട് ഒരുപോലെയെന്ന് പറയാം. കൂട്ടുകാരോടൊത്ത് ഉതിർമണി പെറുക്കുകയായിരുന്ന കേളുവിനെ ചിറക്കൽ തമ്പുരാൻ കൂട്ടിക്കൊണ്ടു പോകുകയായിരുന്നു എങ്കിൽ ഇട്ടീം കോലും കളിക്കുകയായിരുന്ന കണ്ണനെ വലിയ പട്ടാണി തട്ടിക്കൊണ്ടുപോകുകയായിരുന്നു. രണ്ട് പേരും ബാല്യത്തിലേ സ്വകുടുംബങ്ങളിൽ നിന്ന് മറ്റിടങ്ങളിലേയ്ക്ക് പറിച്ചുനടപ്പെട്ടവർ. ദുഃഖകരമായ ഒരു പരിതസ്ഥിതിയിൽ ആണെങ്കിൽ പോലും പിതാവായ ചിറക്കൽ തമ്പുരാനുമായുള്ള കണ്ണന്റെ കണ്ടുമുട്ടലിന് വഴിയൊരുക്കിയത് കേളു തന്നെയാണ്. കുട്ടിക്കാലത്ത് കണ്ണന് ലഭിക്കേണ്ട പിതൃവാത്സല്യം മുഴുവൻ ലഭിച്ചത് കേളുവിനായിരുന്നു. കണ്ണന്റെ അച്ഛനായ തമ്പുരാൻ കേളുവിന്റെ വളർത്തച്ഛനാണ്. എവിടെയൊക്കെയോ ഒരു സാഹോദര്യം അവരിലുണ്ടാവാം എന്ന് വരികൾക്കുമപ്പുറം ചിന്തിക്കുമ്പോൾ മനസ്സിൽ തെളിയുന്നു.

വെടിയേറ്റ് വീണ കേളു മരിക്കുന്നതിന് മുൻപ് ഒരൽപനേരമെങ്കിലും കണ്ണനോട് ഇതേപ്പറ്റിയൊക്കെ സംസാരിച്ചിരുന്നിരിക്കണം. പയ്യാമ്പലത്തെ കടലിനും ചാലാട്ട് തറയിലെ മണ്ണിനും മറുവാക്ക് ചൊല്ലി പുഞ്ചിരിതൂകിയായിരിക്കും ആ ധീരൻ ദേഹം വെടിഞ്ഞിട്ടുണ്ടാവുക. കണ്ട് നിന്ന കണ്ണനും കണ്ണീരണിഞ്ഞിട്ടുണ്ടാവണം.

കിളിയറ മുരിക്കിഞ്ചേരി

ഏഴോത്ത് ചേണിച്ചേരി കാട്ടുചിറക്കൽ ഭഗവതി ക്ഷേത്രത്തിന്റെ തൊട്ടു പിറകിലായി ആണ് കിളിയറ മുരിക്കിഞ്ചേരി തറവാട്. പ്രധാന കെട്ടിടവും വടക്കിനിയും ചേർന്നതാണ് ഇന്ന് കാണുന്ന തറവാട്. മൂന്ന് ദശാബ്ദം മുൻപ് വരെ രണ്ട് നിലകളുള്ള തെക്കിനി ഉണ്ടായിരുന്നു. കുടുംബസ്വത്ത് ഭാഗം വച്ചതുമായി ബന്ധപ്പെട്ട് അത് പൊളിച്ച് നീക്കുകയായിരുന്നു. അടുത്ത കാലം വരെ കൂട്ടുകുടുംബ വ്യവസ്ഥിതിയ്ക്ക് ഉത്തമ ഉദാഹരണമായിരുന്നു ഈ തറവാട്. അമ്പതിലേറെ ആൾക്കാർ ഇവിടെ താമസിച്ചിരുന്നു. തറവാട് എന്ന് നിർമിച്ചു എന്നതിനെ കുറിച്ച് രേഖകളില്ലെങ്കിലും ഇന്നുള്ള തറവാട്ടംഗങ്ങളുടെ മുൻ തലമുറകളുടെ കാലയളവ് നോക്കുകയാണെങ്കിൽ 1835 - 1850 കാലം മുതൽക്കേ ഇവിടെ ആൾക്കാർ താമസിച്ച് വരുന്നുണ്ട്.

തറവാട് ആദ്യം ഉണ്ടായിരുന്നത് പഴയങ്ങാടിയ്ക്ക് അടുത്തുള്ള ചെങ്ങൽ തടത്തിലായിരുന്നു എന്ന് പറയപ്പെടുന്നു. ചെങ്ങൽ ഉണ്ടായിരുന്ന തറവാട് എഴോത്തേയ്ക്കും കോട്ടക്കീൽ ഉണ്ടായിരുന്ന കളരി കുറുവാട്ടേയ്ക്കും മാറ്റിസ്ഥാപിക്കുകയുണ്ടായി. ഇതിന്റെ കാരണം വ്യക്തമല്ല. കിള്ളയാറിന്റെ (കുപ്പം പുഴ) തീരത്ത് നിലനിന്നിരുന്നതിനാലാണ് കിളിയറ മുരിക്കിഞ്ചേരി എന്ന പേര് വന്നത് എന്ന അഭിപ്രായം ഉണ്ട്.

കളരിയിൽ മന്ത്രമൂർത്തികളേയും കോലസ്വരൂപത്തിങ്കൽ തായിയേയും ആയിരുന്നു ആരാധിച്ച് വന്നത്. തറവാടിനെ സംബന്ധിച്ച ഒരു ദോഷം തീർക്കാനായി അന്നത്തെ കാരണവർ നീലേശ്വരം കോട്ടപ്പുറത്ത് കളിയാട്ടത്തിന് പോകുകയും കാരണവരുടെ കെട്ടും ചുറ്റും അടുക്കും ആചാരക്കുറിയും കണ്ട് വിഷ്ണുമൂർത്തി അദ്ദേഹത്തിന്റെ കൂടെ കളരിയിലേയ്ക്ക് വരികയും ചെയ്തു. വിഷ്ണുമൂർത്തി കോലം പുറപ്പാട് കഴിഞ്ഞ് ആ പരമ ഭക്തനെ അനുഗ്രഹിക്കുകയും തറവാട്ട് ദോഷം തീർക്കാൻ താൻ കൂടെ എഴുന്നള്ളുന്നുണ്ടെന്ന് മൊഴിയുകയും ചെയ്തു. കാര്യങ്കോട് പുഴ കടന്ന് ഇക്കരെയെത്തിയപ്പോൾ വിഷ്ണുമൂർത്തി തന്റെ കോലസ്വരൂപം കാണിച്ച് കൊടുത്തുവെന്നും ഭയഭക്തിവിവശനായ കാരണവർ യാത്രാ ക്ലേശമറിയാതെ തറവാട്ടിലെത്തി എന്നും ഐതിഹ്യം. വിഷ്ണുമൂർത്തിയുടെ ആരൂഢം ആയ കോട്ടപ്പുറത്ത് നിന്ന് നേരിട്ട് എഴുന്നള്ളിയത് കൊണ്ടാവണം പരദേവതയ്ക്ക് ഇവിടെ വളരെ പ്രാധാന്യം കൽപ്പിച്ച് പോരുന്നു.

കളരിയിലായിരുന്നു പരദേവതമാരുടെ ആരാധന ആദ്യം ഉണ്ടായിരുന്നത്. പിന്നീട് കളരി നാമാവശേഷം ആയെങ്കിലും കിളിയറ മുരിക്കിഞ്ചേരി തറവാട് കൊട്ടിലകത്ത് സ്തംഭ പ്രതിഷ്ഠയിൽ ദീപം കത്തിച്ച് ദേവചൈതന്യം സങ്കൽപ്പിച്ച് ആരാധിച്ച് വരുന്നു. ഇവിടെ പുല-വാലായ്മ ഒഴികെയുള്ള സമയത്ത് മുടങ്ങാതെ വിളക്ക് വയ്ക്കുന്നു. മാടായിക്കാവിൽ വൈകുന്നേരം നട തുറക്കുന്നതിന് മുൻപേ ഇവിടെ വിളക്ക് കൊളുത്തണം എന്ന് പറയപ്പെടുന്നു. ഇവിടുത്തെ വിളക്ക് കണ്ട് ഭഗവതി അങ്ങോട്ട് പോകും എന്നൊരു വിശ്വാസമാണ് ഇതിന് പിറകിൽ.

ധനു 22, 23 തീയതികളിലാണ് ഇവിടുത്തെ കളിയാട്ടം നിശ്ചയിച്ചിട്ടുള്ളത്. വർഷാവർഷം കളിയാട്ടം നടത്താറില്ല. പ്രാർത്ഥന ആയും തറവാട്ടംഗങ്ങൾ ഒന്നായും കളിയാട്ടം നടത്താറുണ്ട്. എല്ലാ മാസവും സംക്രമത്തിന് കലശം ഉണ്ട്. ധനു മാസത്തിലെ ആയില്യം നാളിൽ തറവാട്ടു പറമ്പിലുള്ള സർപ്പക്കാവിൽ ആയില്യ പൂജ മുടങ്ങാതെ നടത്താറുണ്ട്. നാഗത്തിൽ നാഗകന്നിയമ്മയുടെ സങ്കൽപ്പത്തിൽ പ്രാർത്ഥനകൾ നടത്തുന്നു. ദൈവക്കോലങ്ങളുടെ തിരുവായുധങ്ങളെല്ലാം കൊട്ടിലകത്ത് സൂക്ഷിച്ചിരിക്കുന്നു.

» കിളിയറ മുരിക്കിഞ്ചേരി തറവാട് കളിയാട്ടം തെടങ്ങൽ

തിരുവർക്കാട്ട് ഭഗവതി/കോലസ്വരൂപത്തിങ്കൽ തായി/തായ് പരദേവത/വലിയതമ്പുരാട്ടി എന്ന പേരിലൊക്കെ അറിയപ്പെടുന്ന മാടായിക്കാവിലച്ചിയാണ് (ഭദ്രകാളി) തറവാട്ട് ധർമദൈവം. വിഷ്ണുമൂർത്തി, വിഷ്ണുക്കുട്ടി ശാസ്തപ്പൻ, ഭൈരവൻ, ഉച്ചിട്ട, ശ്രീഭൂതം, കന്നിക്കൊരുമകൻ എന്നീ ദൈവങ്ങളേയും അതീവ പ്രാധാന്യത്തോടെ ആരാധിച്ച് വരുന്നു. എല്ലാ ദൈവങ്ങൾക്കും ഒരേ പ്രാധാന്യം കൽപ്പിക്കാറുണ്ട് എന്ന് തറവാട്ടമ്മമാർ പറയുന്നു. തറവാട്ട് കൊട്ടിലകമല്ലാതെ പ്രത്യേകം പള്ളിയറ ഇല്ലാത്തതിനാൽ കന്നിക്കൊരുമകന് കോലം കെട്ടിയാടാറില്ല. വേട്ടയ്ക്കൊരു മകന്റെ സങ്കൽപവുമായി ബന്ധം ഉള്ള കന്നിക്കൊരുമകന് പ്രത്യേകം തോറ്റം പാട്ടും ഐതിഹ്യവും ഒക്കെ ഉണ്ടെങ്കിലും ഗുരുകാരണവർ / പൂർവികൻ സങ്കൽപ്പവും കൽപ്പിച്ച് കാണുന്നുണ്ട്. കളിയാട്ട സമയത്ത് ഈശ്വരന്റെ സങ്കൽപ്പത്തിൽ വാൽക്കണ്ണാടി വച്ച് മുതിർച്ച വയ്ക്കാറാണ് പതിവ്.

ഏഴോത്ത് കോലപ്പെരുമലയന്മാരുടെ അനുഷ്ഠാനത്തികവും കലാപരതയും ദൃശ്യമാകുന്ന കളിയാട്ടം ആണ് മുരിക്കിഞ്ചേരിയിലേത്. തെയ്യം മാത്രമല്ല തോറ്റവും മറ്റ് ചടങ്ങുകളും വിശാലമായി തന്നെ ഉണ്ടാവാറുണ്ട്. ധനു 22 ന് വൈകുന്നേരം വണ്ണാൻ സമുദായക്കാർ തിരുവർക്കാട്ട് ഭഗവതിക്ക് കൊട്ടിപ്പാടുന്നതോടെ കളിയാട്ടത്തിന് തുടക്കമായി. ഈ സമയത്ത് വടക്കേൻ വാതുക്കൽ ഗുരുതി ഉണ്ട്. തുടർന്ന് മലയസമുദായക്കാരുടെ തെടങ്ങൽ ആണ്. വിഷ്ണുമൂർത്തിയുടെ കോലധാരി ചുറ്റിക്കെട്ടി തലപ്പാളിയും പട്ടവും ധരിച്ച് വേണം തെടങ്ങാൻ എന്നത് ഒരു പ്രത്യേകത ആണ്. ഇത്തരത്തിൽ ഒരു ചടങ്ങ് അപൂർവമാണ്. ഈ തെടങ്ങലിനെ ഉച്ചത്തോറ്റം എന്നും പറയാറുണ്ട്. രാത്രിയുള്ള വിഷ്ണുമൂർത്തി തോറ്റത്തിന് അന്തിതോറ്റം എന്നും. പഴയങ്ങാടി ഭാഗങ്ങളിൽ വിഷ്ണുമൂർത്തിക്ക് പ്രാധാന്യം ഉള്ള സ്ഥലങ്ങളിൽ രണ്ട് തോറ്റം ഉണ്ടാവാറുണ്ട് എന്നത് ഇതുമായി കൂട്ടിവായിക്കാം.

തുടർന്ന് തിരുവർക്കാട്ട് ഭഗവതിയുടെ ഉച്ചത്തോറ്റവും വിഷ്ണുക്കുട്ടി ശാസ്തപ്പൻ, ഭൈരവൻ, ഉച്ചിട്ട എന്നീ ദൈവക്കോലങ്ങളുടെ തോറ്റവും ഉണ്ടാവും. ഒരുപാട് സമയമെടുത്താണ് ഓരോ തോറ്റവും ചൊല്ലിത്തീർക്കുന്നത്. മന്ത്രമൂർത്തികളുടെ തോറ്റങ്ങൾക്ക് വിശദമായ ഉറഞ്ഞാട്ടവും ഉണ്ട്. അതിമനോഹരമായി ചൊല്ലുന്ന തോറ്റം പാട്ടുകൾ കളിയാട്ട രാവിനെ അവിസ്മരണീയമാക്കും. കളരി സ്ഥാനമായിരുന്നതിനാൽ മന്ത്രമൂർത്തികൾക്കും നല്ല പ്രാധാന്യം കൽപ്പിച്ച് വരുന്നു.

» തിരുവർകാട്ട് ഭഗവതി

» വിഷ്ണുകുട്ടിശാസ്തപ്പൻ

ഓരോ തോറ്റവും (ഭഗവതിയുടെ ഒഴികെ) ഉറഞ്ഞാട്ടത്തിനിടെ തറവാട്ടുപറമ്പിന്റെ തെക്കു പടിഞ്ഞാറ് ഭാഗത്തേയ്ക്ക് പോകാറുണ്ട്. തങ്ങളുടെ ആദിസ്ഥാനമായ കുറുവാട്ട് കളരിയിലേയ്ക്ക് നോക്കുന്നു എന്ന സങ്കൽപ്പത്തിലാണിത്. ഉച്ചിട്ടമ്മയുടെ തോറ്റം പുറപ്പാടോട് കൂടി മേലേരിയ്ക്ക് തീ കൊളുത്തും. തുടർന്ന് മേലേരിത്തീപ്പൊരികൾ അരികിലുള്ള കുവളമരത്തെ തഴുകിക്കൊണ്ട് ഇലകൾക്കിടയിലൂടെ ഇരുട്ടിലേക്കുയരും. തോറ്റം പാട്ടുകളിൽ ഏറ്റവും ഇമ്പമാർന്ന ഉച്ചിട്ടത്തോറ്റം പാടിക്കേൾക്കുന്നത് ഒരനുഭൂതി തന്നെയാണ്. തുടർന്ന് വിഷ്ണുമൂർത്തിത്തോറ്റം ആണ്. ഒരു മണിക്കൂറിലേറെ സമയം ഇവിടെ തോറ്റം പാടാറുണ്ട്. വിഷ്ണുമൂർത്തി തോറ്റത്തിന്റെ ഉറഞ്ഞാട്ടത്തിന് ശേഷം തിരുവർക്കാട്ട് ഭഗവതിയുടെ അന്തിത്തോറ്റവും ഭക്തിനിർഭരമായ കൊടിയിലത്തോറ്റവും. അന്തിത്തോറ്റം കഴിഞ്ഞ് തലപ്പാളിയും പട്ടവും അഴിച്ച് മുറുക്കിക്കെട്ടിയാണ് കൊടിയില തോറ്റത്തിന് നിൽക്കുക. ഭഗവതിയുടെ കോലക്കാരൻ കൊടിയില വാങ്ങിയ ശേഷം കൊടിയില പിടിച്ച് കൊണ്ടുള്ള ഒരു കലാശമുണ്ട്. ആ സമയത്ത് ഭക്ത്യാദരപൂർവം എല്ലാവരും കൊടിയില തൊട്ടു വണങ്ങുന്നു. തുടർന്ന് ഒരു സന്ധ്യവേല ഉണ്ട്. അതിന് ശേഷം ശ്രീഭൂതത്തിന്റെ പുറപ്പാട് ആണ്. മാടായിക്കാവിലച്ചിയുടെ ഭൂതഗണവും മകനുമാണെന്ന് സങ്കൽപം. നർമരസപ്രധാനമാണ് ഭൂതത്തിന്റെ ചടങ്ങുകളും മൊഴിയും. രണ്ട് കയ്യിലും ചൂട്ടുമായി തറവാട്ട് പറമ്പിലങ്ങിങ്ങായി നടക്കുന്ന കാവൽ ദൈവത്തിന്റെ സങ്കൽപ്പവും ഭൂതത്തിനുണ്ട്.

പുലർച്ചെ നാല് മണിയോട് കൂടിയാണ് വിഷ്ണുക്കുട്ടി ശാസ്തപ്പന്റെ പുറപ്പാട് (പൂക്കുട്ടിച്ചാത്തൻ എന്നും പറയാറുണ്ട്). അതിന് മുൻപായി തറവാട്ടകത്ത് ഒരു ഹോമമുണ്ട്. വ്യത്യസ്തമായ മുഖത്തെഴുത്തും കലാശങ്ങളുമാണ് ശാസ്തപ്പന്. ഉഗ്രമൂർത്തിയായ ശാസ്തപ്പൻ ഉച്ചപ്രാന്തൻ എന്നും അറിയപ്പെടുന്നു. കാളകാട്ട് ശാസ്തപ്പൻ തന്നെയാണ് വിഷ്ണുക്കുട്ടിശാസ്തപ്പൻ എന്ന സങ്കൽപ്പഭേദത്തിൽ ആരാധ്യനാവുന്നത്. ഇവിടെ പാടി വരുന്ന തോറ്റം പാട്ടിൽ ഈ സ്ഥാനത്തെ കുറിച്ച് പരാമർശമുള്ളതിനാൽ കുട്ടിശാസ്തന്റെ ഒരു പ്രധാന സങ്കേതം തന്നെയാണ് മുരിക്കിഞ്ചേരി എന്ന് കരുതാം.

പുലർന്ന് വരുന്ന സമയത്തോട് കൂടിയാണ് ഭൈരവരുടെ പുറപ്പാട്. ഉദയസൂര്യന്റെ തുടുപ്പ് വാനത്ത് കാണാം. ഭൈരവരുടെ മനോഹരരൂപം പുലർകാലത്ത് സൂര്യനുദിച്ച് വരുന്നത് പോലെ തേജസ്സുറ്റതാണ്. മാടായി ഭാഗത്തുള്ള (ഏഴോം, മാടായി, ചെറുതാഴം, കുഞ്ഞിമംഗലം, രാമന്തളി) ഭൈരവന്റെ രൂപം അതീവ ഹൃദ്യമാണ്. കുരങ്ങിരുത്തം എന്ന മുഖത്തെഴുത്തും പച്ച വർണ്ണത്തിലുള്ള മേക്കെഴുത്തും നയന മനോഹരമാണ്.

» ഭൈരവർ

കുട്ടിശാസ്തൻ, ഭൈരവൻ എന്നീ ദൈവങ്ങൾ അരങ്ങൊഴിഞ്ഞ ശേഷം തായ്പരദേവതയുടെ പുറപ്പാട്. സാക്ഷാൽ മാടായിക്കാവിലച്ചിയെ കോല രൂപത്തിൽ കാണുന്ന നിമിഷം. പഴയങ്ങാടി പുഴയ്ക്ക് വടക്കായതിനാൽ മൊകാരം ഉള്ള വലിയ മുടിയും പക്കപ്പൊമ്പും പീലിത്തഴയും പ്രാക്കെ ഴുത്തുമായി മാടായിക്കാവിൽ ഉള്ള പോലുള്ള രൂപമാണ് ഭഗവതിയ്ക്ക് ഇവിടെ (മുടിയുടെ വലുപ്പം കുറവാണ്). ഭഗവതിയുടെ തെയ്യസ്വരൂപം കാണേണ്ട കാഴ്ച തന്നെയാണ്. തെയ്യപ്രപഞ്ചത്തിലെ സർവസൗന്ദര്യ വും ആവാഹിച്ച, കോലത്ത് നാടിന്റെ തന്നെ തായിയായ ഭഗവതിയാണ്. ദാരികവധത്തിന് ശേഷം തിരുവർക്കാട്ട് വടക്കേം ഭാഗമാധാരമായി കയ്യെടുത്ത ഭഗവതി കോലത്ത് നാട്ടിലെ സകലജനങ്ങൾക്കും ആരാ ധ്യയാണ്. ഏഴോത്ത് പെരുവണ്ണാൻമാർ ആണ് ഭഗവതിയുടെ കോലം കെട്ടിയാടുന്നത്. ഏഴോത്ത് പെരുവണ്ണാൻ തറവാട്ടിലും ഭഗവതിയുടെ സാന്നിധ്യമുണ്ട്. കെട്ടിക്കോലം കഴിക്കാറില്ലെങ്കിലും കർക്കിടക വാവിന് കൊട്ടിലകത്ത് അടിയന്തിരം ഉണ്ട്.

ഭഗവതിയുടെ തിരുനടനത്തിന് ശേഷം ഉച്ചിട്ട ഭഗവതിയുടെ പുറപ്പാ ടാണ്. കളിയാട്ടത്തിൽ ഏറ്റവും കൂടുതൽ ജനങ്ങൾ കൂടുന്നത് ഈ സമയ ത്താണ്. വടക്കിനകത്ത് അച്ചിയായിരിക്കുന്ന അടിയേരി മഠത്തിൽ ഉച്ചിട്ട ഭഗവതിയുടെ പുറപ്പാടും മേലേരി പ്രവേശനവും കാണേണ്ട കാഴ്ച തന്നെയാണ്. സന്താന ലബ്ധിക്കായി ഉച്ചിട്ടമ്മയ്ക്ക് പ്രാർത്ഥനകൾ നേരാറുണ്ട്. കുടുംബത്തിലെ സ്ത്രീകൾക്കും കുട്ടികൾക്കും ഏറ്റവും അടുപ്പം തോന്നുന്നത് വടക്കിനകത്തച്ചിയോട് തന്നെയായിരിക്കണം. അവരെ പോലെ സംസാരിക്കുന്ന, കുശലം ചോദിക്കുന്ന ഉച്ചിട്ടമ്മയെ അവരിലൊ രാളായിത്തന്നെ കാണാൻ എളുപ്പം ആണല്ലോ. മക്കൾക്ക് വാത്സല്യം വാരിക്കോരിക്കൊടുക്കുന്ന അമ്മയാണെങ്കിലും ഹാസ്യരൂപേണയുള്ള മൊഴികളാണെങ്കിലും ഉഗ്രമൂർത്തി തന്നെയാണ് മന്ത്രമൂർത്തിയായ ഉച്ചിട്ടമ്മ. പട്ടിലല്ല, പുള്ളിയാടയിലാണ് അമ്മയ്ക്ക് മുതിർച്ച വയ്ക്കേണ്ടത്. വെള്ളിചിരട്ടയാണ് അമ്മയുടെ ആയുധമായി കരുതുന്നത്, ചേടകമോ പരിചയോ ഒന്നുമില്ല. ഉച്ചിട്ടമ്മയുടെ കോലം അവിസ്മരണീയമാക്കിയ, എഴോത്തെ, യശശ്ശരീരനായ ശ്രീ രാമൻ പണിക്കറെ പരാമർശിക്കാ തിരിക്കാൻ സാധിക്കില്ല. അദ്ദേഹത്തിന്റെ ഉച്ചിട്ടക്കോലം അതിഗംഭീരം ആയിരുന്നു. പുറപ്പാട് സമയത്തെ ഗൗരവവും ഉഗ്രഭാവവും പിന്നീട് ശാന്തസുന്ദരമായുള്ള കലാശങ്ങളും നർമഭാവങ്ങളും മാതൃഭാവവും ഒക്കെ ഇത്രയും ഗംഭീരമാക്കിയ മറ്റൊരു വ്യക്തി ഉണ്ടായിരുന്നോ എന്ന് പോലും സംശയമാണ്.

ഉച്ചിട്ട ഭഗവതിയുടെ മേലേരി പ്രവേശനത്തിന് ശേഷം വിഷ്ണുമൂർത്തി യുടെ പുറപ്പാടാണ്. രണ്ട് തെയ്യങ്ങൾ ഒരേ സമയം അരങ്ങിലുണ്ടാവുക

ഈ സമയത്താണ്. ഹിരണ്യവധത്തിനും കലാശങ്ങൾക്കും ശേഷം കളിയാട്ടവസാനത്തോടെ പീഠം കയറിയുള്ള മൊഴിയും ഉണ്ട്. കളിയാട്ടത്തിന് ഏറ്റവും അവസാനം മുടിയെടുക്കുന്നത് വിഷ്ണുമൂർത്തിയാണ്. ഉച്ചവെയിലിന്റെ കാഠിന്യമേറുന്ന സമയമാണെങ്കിലും പരദേവതയുടെ പുറപ്പാട് ഭക്തിനിർഭരമാണ്. തറവാട്ട് ദോഷം തീർക്കാൻ നേരിട്ടെഴുന്നള്ളിയ പരദേവതയുടെ ഉറഞ്ഞാട്ടവും ഗോവിന്ദാവിളികളും ആവേശകരമായിത്തീരാറുണ്ട്.

നാൽപ്പത് വർഷത്തോളം മുടങ്ങിക്കിടന്ന കളിയാട്ടം വീണ്ടും പുനരാരംഭിച്ചത് എൺപതുകളുടെ ആദ്യപകുതിയിലാണ്. അതിന് ശേഷം എല്ലാ വർഷവും മുടങ്ങാതെ കളിയാട്ടം കൊണ്ടാടാറില്ലെങ്കിലും വലിയ ഇടവേളകൾ വരാറില്ല.

മാടായിക്കാവിലച്ചിയുടെ തികഞ്ഞ ഭക്തനും കുട്ടിശാസ്തൻ, ഗണപതി എന്നീ ദേവതമാരുടെ ഉപാസകനുമായിരുന്ന മുരിക്കിഞ്ചേരി എഴുത്തച്ഛൻ ഈ തറവാട്ടിൽ ജീവിച്ചിരുന്ന എടുത്തുപറയേണ്ട ഒരു വ്യക്തിത്വം ആണ്. അദ്ദേഹത്തിനെ കുറിച്ച് അമാനുഷികമായ ചില കഥകളൊക്കെ നിലവിലുണ്ട്. മുരിക്കിഞ്ചേരി ചാത്തു നായർ (ചാത്തു എഴുത്തച്ഛൻ) അറിയപ്പെട്ടുന്ന വിഷവൈദ്യൻ ആയിരുന്നു. വടക്കൻ കുറ്റി സ്വരൂപം മൂന്ന് തറ അഞ്ഞൂറ് നായന്മാരിൽ കാര്യം പറയുന്നച്ഛൻ എന്ന സ്ഥാനം വഹിച്ചിരുന്നത് കിളിയറ മുരിക്കിഞ്ചേരി കാരണവരായിരുന്നു. മാടായിക്കാവിന് മുൻപിലെ ആൽത്തറയിലിരുന്ന് പ്രശ്നങ്ങൾ തീർപ്പാക്കുക എന്ന ഉത്തരവാദിത്വം ആയിരുന്നു ഇദ്ദേഹത്തിന് ഉണ്ടായിരുന്നത്. വർഷങ്ങൾക്ക് മുൻപ് ആ ആചാരസ്ഥാനവും നാമമാത്രമായി. വടക്കൻ കുറ്റി സ്വരൂപത്തിലെ മൂന്ന് തറകൾ എന്ന് പറയുന്നത് അടുത്തിലത്തറ, ചെറുകുന്ന് തറ, കോട്ടപ്പുറം തറ (ഏഴോം) എന്നിവയായിരുന്നു. കോട്ടപ്പുറം എന്നത് ഇന്നത്തെ കോട്ടക്കീൽ ആണെന്ന് പറയപ്പെടുന്നു. അവിടെ ഒരു കോട്ടയുണ്ടായിരുന്നതായി വിശ്വസിക്കപ്പെടുന്നു.

ഏഴോം കൊഴിച്ചിയിൽക്കാവ്, ചീറുമ്പക്കാവ്, കൊട്ടില മുച്ചിലോട് എന്നിവിടങ്ങളിൽ നിന്ന് എഴുന്നള്ളത്ത് വരുമ്പോൾ ആദ്യം അനുഗ്രഹമരുളേണ്ട നാല് തറവാടുകളിലൊന്ന് കിളിയറ മുരിക്കിഞ്ചേരി ആണ്. മൂത്തേടത്ത് മല്ലിശ്ശേരി, ഇളയേടത്ത് മല്ലിശ്ശേരി, ചേണിച്ചേരി വലിയവീട്, കിളിയറ മുരിക്കിഞ്ചേരി എന്നിങ്ങനെയാണ് ക്രമം.

കളിയാട്ടത്തിനും പൂരത്തിനും എഴുന്നള്ളത്ത് വരുമ്പോൾ തറവാട്ടമ്മമാർ വിളക്ക് കൊളുത്തി അരിയെറിഞ്ഞ് വെളിച്ചപ്പാടന്മാരെ സ്വീകരിക്കണം. സർവൈശ്വര്യത്തിനും രോഗശാന്തിക്കുമായി പട്ടോപ്പിക്കൽ എന്ന ചടങ്ങ് നടത്താറുണ്ട്. വസൂരി മഞ്ഞൾകുറിയെറിഞ്ഞ് ഒഴിപ്പിക്കുന്ന ശ്രീ പുതിയ ഭഗവതിയാണ് ദേശസഞ്ചാരത്തിനെത്തുന്നത്.

» ഉച്ചിട്ട ഭഗവതി

തറവാട്ട് പൈതങ്ങൾക്കും കുട്ടികൾക്കും ഗുണം വരാൻ നേർന്ന് കൊണ്ട് കോമരത്താന്മാർ ചിലമ്പ് കുലുക്കി നടന്നകലുന്നു. ആടിവേടൻ ദേശസഞ്ചാരത്തിനിറങ്ങുമ്പോഴും പഴയ സമ്പ്രദായമനുസരിച്ച് ഈ ക്രമം നിലനിർത്താറുണ്ട്.

നിറയെ മാവുകൾ നിറഞ്ഞ, മേടമാസത്തിൽ മാമ്പഴം മണക്കുന്ന, മീനപ്പൂരത്തിന് ചെമ്പകമരങ്ങൾ പൂവിടുന്ന, വൃക്ഷതലപ്പുകളാൽ മൂടപ്പെട്ട, ഗൃഹാതുരത്വമുറ്റി നിൽക്കുന്ന പറമ്പിലാണ് തറവാട് സ്ഥിതിചെയ്യുന്നത്. ഇനിയും ഏറെ കാലം ഇങ്ങനെ തന്നെ, പഴമ നിലനിർത്തിക്കൊണ്ട് നിലനിൽക്കാനാവട്ടെ എന്ന് ആശംസിക്കുന്നു.

***

ഉത്തരകോലസ്വരൂപമെന്ന കണ്ണൂരിന്റെ വടക്കൻ നിലങ്ങൾ ഒരുപാട് കഥകളൊളിപ്പിച്ച് വച്ച് ചരിത്രാന്വേഷികളേയും പ്രകൃത്യാരാധാകരേയും കാത്തിരിക്കുകയാണ്. വെറുതെയങ്ങ് കണ്ടുപോകാൻ പറ്റാത്തത്ര കാര്യങ്ങളുണ്ടവിടെയൊക്കെ. ഒരു നാടിന്റെ സൗന്ദര്യത്തെ കുറിച്ച് മനസ്സിലാക്കണമെങ്കിൽ അവിടുത്തെ പ്രകൃതിഭംഗിയും ഭൂമിശാസ്ത്രവും മാത്രമല്ല ചരിത്രവും സംസ്കാരവും ജനങ്ങളേയും മനസിലാക്കേണ്ടതു ണ്ട് എന്ന് ഞാൻ വിശ്വസിക്കുന്നു. ഇതൊഴിച്ച് നിർത്തിക്കൊണ്ട് ഒരു ആസ്വാദനം സാധ്യമല്ല. ഈ നാടിനെ കുറിച്ചുള്ള വളരെ ലഘുവായ കാര്യങ്ങൾ മാത്രമാണ് എനിക്ക് പങ്ക് വയ്ക്കാനായത് എന്ന ബോധ്യമുണ്ട്. ഇനിയും ഈ വഴികളിലൂടെയൊക്കെ സഞ്ചരിച്ച് കൂടുതൽ കാര്യങ്ങൾ കുറിച്ചെടുക്കാനാവുമെന്ന് ഞാൻ കരുതുന്നു. നമ്മുടെ കാവും കുളങ്ങളും തറവാടുകളും ഇത്രയും കാലം സംരക്ഷിച്ച പോലെ തുടർന്നും കാത്തുസൂക്ഷിക്കാനാവും എന്ന് ഞാൻ പ്രത്യാശിക്കുന്നു. കാവുതീണ്ടാതിരുന്നാൽ ബാക്കിയാവുന്നത് നമ്മുടെ വിശ്വാസങ്ങൾ മാത്രമല്ല, ചെറുതല്ലാത്ത ഒരു ആവാസവ്യവസ്ഥ കൂടിയാണ് എന്ന് ഓർമ്മിപ്പിച്ച് കൊള്ളട്ടെ.

ചിത്രങ്ങൾ

» കെ എം ബാബുരാജ്

ആവേദകർ

» കെ എം സരോജിനി അമ്മ, ഏഴോം
» അരവിന്ദാക്ഷൻ പി കെ, പട്ടുവം
» ബിജു എം ടി, വെങ്ങര
» കേശവൻ പി പി എൻ, ചെറുതാഴം
» കൃഷ്ണദാസ് കല്ലാറ്റ്, വയനാട്
» മധു കിഴക്കയിൽ, കൊയിലാണ്ടി
» ശംഭു പാലക്കീഴ്, കുന്നരു
» നവീൻ മുനമ്പത്ത്, നീലേശ്വരം
» ശരത് ചന്ദ്രൻ, ചെറുവത്തൂർ
» വേണുഗോപാലൻ, അടുത്തില
» ശശിധരൻ എം കെ, അഴീക്കോട്
» ജിഷ്ണു ജെ ദേവ്, അഴീക്കോട്
» ധനേഷ് കെ വി, ചെറുകുന്ന്
» Dr പ്രശാന്ത്, പയ്യന്നൂർ
» കെ എം രവീന്ദ്രൻ, ഏഴോം
» കെ എം ഗോവിന്ദൻ മാസ്റ്റർ, അടുത്തില
» കെ എം കാർത്യായനി അമ്മ, കൊളച്ചേരി
» എം വി പ്രശാന്ത് പണിക്കർ, ഏഴോം
» പ്രഭാകരൻ എം വി, കുറ്റ്യേരി

ഗ്രന്ഥസൂചി

» മുരിക്കിഞ്ചേരി കേളുവിന്റെ പാട്ടുകഥ
(ഡോ. എം വി വിഷ്ണുനമ്പൂതിരി)

» മുരിക്കിഞ്ചേരി കേളുവും അറയ്ക്കൽ ബീവിയും
(ഡോ. ആർ സി കരിപ്പത്ത്)

» തോറ്റം പാട്ടുകൾ
(ഡോ. എം വി വിഷ്ണുനമ്പൂതിരി)

» ഗ്രാമചരിത്രമുണരുമ്പോൾ
(ഏഴോം ഗ്രാമ പഞ്ചായത്ത്)

» വേട്ടക്കരുമകൻ (ഡോ. വൈ വി കണ്ണൻ)

» മലബാർ മാനുവൽ (വില്യം ലോഗൻ)

» കൂടാളി ഗ്രന്ഥവരി (ഡോ. കെ കെ എൻ കുറുപ്പ്)

» കനലാടി മനസ് (ഡോ. വൈ വി കണ്ണൻ)

» കേരളോൽപത്തി

» The Ali Rajas of Cannanore
(ഡോ. കെ കെ എൻ കുറുപ്പ്)

» The legacy of kerala
(എ ശ്രീധര മേനോൻ)

» A Collection of Treaties, Engagements & Other Papers of Importance (വില്യം ലോഗൻ)

» History of Kerala Prehistoric to the Present
(രാജൻ ഗുരുക്കൾ, രാഘവവാര്യർ)

» കേരള സംസ്കാരം
(പ്രൊഫ. എസ്. അച്യുതവാര്യർ)

www.ingramcontent.com/pod-product-compliance
Lightning Source LLC
LaVergne TN
LVHW040759051026
849519LV00007BA/2567
9789355170644